HEILDA PEPPERONI MAÐKABÓKIN

Skoðaðu kryddaðan heim Pepperoni sköpunar í gegnum
100 uppskriftir

Valgerður Kristinsdóttir

Höfundarréttarefni ©2023

Allur réttur áskilinn

Engan hluta þessarar bókar má nota eða senda á nokkurn hátt eða á nokkurn hátt án skriflegs samþykkis útgefanda og höfundarréttarhafa, nema stuttar tilvitnanir sem notaðar eru í umsögn. Þessi bók ætti ekki að koma í staðinn fyrir læknisfræðilega, lögfræðilega eða aðra faglega ráðgjöf.

EFNISYFIRLIT _

- EFNISYFIRLIT _ 3
- KYNNING 6
- MORGUNMATUR 7
    - 1. Pepperoni og Mozzarella Cruffin 8
    - 2. Ítalskar pizzavöfflur 10
    - 3. Pizza Croissants 12
    - 4. Kryddaðir Pepperoni croissants 14
    - 5. Pull-Apart pizzabrauð 16
    - 6. Pepperoni og osta eggjakaka 18
    - 7. Pepperoni morgunmatur Burrito 20
    - 8. Pepperoni og spínat morgunverðarmuffins 22
    - 9. Pepperoni og kartöflu morgunmat Hash 24
    - 10. Pepperoni og sveppir Quesadilla 26
    - 11. Pepperoni og Egg Morgunverðarpizza 28
    - 12. Pepperoni og tómatar morgunverðarsamloka 30
    - 13. Pepperoni og Cheddar morgunverðarkex 32
    - 14. Pepperoni og avókadó morgunverðarpappír 34
    - 15. Pepperoni og Hash Brown Casserole 36
    - 16. Pepperoni og kúrbít morgunmat Frittata 38
    - 17. Pepperoni og ostur morgunmatur Bagel 40
- SNÍL 42
    - 18. Pepperoni franskar 43
    - 19. Hot Pizza Super dýfa 45
    - 20. Pizzafylltar Bagel sprengjur 47
    - 21. Pepperoni Pizza Scones 49
    - 22. Pepperoni brauðstangir 51
    - 23. Ranch Pizza Pinwheels 53
    - 24. Pepperoni English Muffin Pizza 55
    - 25. Carbquik Pepperoni brauðstangir 57
    - 26. Ósléttar pizzurúllur 59
    - 27. Ítalskar Pepperoni rúllups 61
    - 28. Jalapeno sprengjur 63
    - 29. Cheesy Pizza Pinwheels 65
    - 30. Fljótlegar og einkennilegar Quesadillas 67
    - 31. Ostur Pepperoni Pizza Dip 69
    - 32. Ranch Pizza Pinwheels 71
    - 33. Pepperoni og spínat fylltir sveppir 73
    - 34. Pepperoni, Provolone & Pecorino Pita 75
    - 35. Pepperoni og ostur Kabobs 77
    - 36. Pepperoni og rjómaostur rúlla 79
    - 37. Pepperoni og ólífubitar 81

38. Pepperoni og grænmetisfylltir sveppir 83

PIZSA 85

39. Carbquik hvít pizza 86
40. Garðbasil pepperoni pizza 88
41. Deep-Dish Cast Iron Pizza 90
42. Gervi pepperoni ramen pizza 93
43. Pepperoni og grænmetispizza 95
44. Pepperoni og beikon BBQ pizza 97
45. Pepperoni og Pestó pizza 99
46. Pepperoni og sveppir Alfredo pizza 101
47. Pepperoni og spínat þistilpizza 103
48. Pepperoni og kjúklingur Alfredo Flatbread Pizza 105
49. Örbylgjuofn pizzur 107
50. Pepperoni og Buffalo Chicken Pizza 109
51. Pizza Mac ostur 111
52. Pepperoni og Miðjarðarhafspizza 113

PASTA 115

53. Pepperoni og pylsupasta bakað 116
54. Pepperoni lasagna 118
55. Pepperoni og spergilkál Alfredo fylltar skeljar 120
56. Pepperoni og Ricotta fylltar skeljar 122
57. Ostur Pepperoni bakaður Rigatoni 124
58. Pepperoni og tómatar Penne Pasta 127
59. Pepperoni og spergilkál Alfredo Linguine 129
60. Pepperoni og spínat Rigatoni með Marinara 131
61. Pepperoni og sveppa spaghetti Aglio e Olio 133
62. Pepperoni og sólþurrkaðir tómatar Pesto Cavatappi 135
63. Pepperoni og kúrbít núðla hrært 137
64. Pepperoni og brennt rauð pipar Fettuccine 139
65. Pepperoni og Aspas Sítrónu Spaghetti 141

AÐALRÉTTUR 143

66. Pepperoni og sólþurrkaðir tómatar Pestó Flatbrauð 144
67. Carbquik pizzupott 146
68. Pepperoni kjúklingur 149
69. Pepperoni og Sveppir Calzone 151
70. Pepperoni og spínat fylltar kjúklingabringur 153
71. Pizzasúpa með hvítlauksristuðu brauðteningum 155
72. Pepperoni og maísmjöl-skorpu calamari 157
73. Grillið calzones 159
74. Pepperoni Kjötbollur 161
75. Pepperoni og grænmetisfyllt papriku 163
76. Pepperoni og grænmetis Stromboli 165
77. Pepperoni og Pesto Tortellini bakað 167

SÚPUR ... 169
78. Pepperoni Pizza Chowder ... 170
79. Steiktur kalkúnn chili með Pepperoni ... 172
80. Pepperoni ostasúpa ... 174
81. Pepperoni og tómatsúpa ... 176
82. Pepperoni og baunasúpa ... 178
83. Pepperoni og kartöflukæfa ... 180
84. Pepperoni og linsubaunasúpa ... 182
85. Pepperoni og sveppabyggsúpa ... 184
86. Pepperoni og hvítbauna Escarole súpa ... 186
87. Pepperoni og Tortellini súpa ... 188
88. Pepperoni og spínat Orzo súpa ... 190

SALÖT ... 192
89. Tortellini salat ... 193
90. Antipasto Wonton salat ... 195
91. Pepperoni og Pasta salat ... 197
92. Pepperoni og Caesar salat ... 199
93. Pepperoni og kjúklingasalat ... 201
94. Pepperoni og Avocado Caprese salat ... 203
95. Pepperoni og Quinoa salat ... 205
96. Pepperoni og spínat Jarðarberja salat ... 207
97. Pepperoni og kjúklingabauna grískt salat ... 209

EFTIRLITUR ... 211
98. Pepperoni og súkkulaðibörkur ... 212
99. Maple Pepperoni bollakökur ... 214
100. Pepperoni pizza kaka ... 216

NIÐURSTAÐA ... 219

KYNNING

Velkomin í snarka ferð inn í heim eins ástsælasta og fjölhæfasta hráefnisins í matreiðsluheiminum - Pepperoni. Í "HEILDA PEPPERONI MAÐKABÓKIN," bjóðum við þér að fara í bragðmikið ævintýri, kanna kryddaða, bragðmikla og beinlínis ljúffenga sköpun sem hægt er að búa til með þessu helgimynda saltkjöti.

Pepperoni, með djörf og hressandi prófílinn, hefur lengi verið uppáhaldsáleggið fyrir pizzur, en þessi matreiðslubók er hér til að sýna fram á að möguleikar hennar ná langt út fyrir pizzuboxið. Búðu þig undir að vera undrandi þegar við kynnum 100 vandlega samsettar uppskriftir sem þrýsta mörkum þess sem hægt er að ná með þessari bragðmiklu pylsu. Allt frá forréttum og aðalréttum til snarls og jafnvel eftirrétta, við erum að kafa djúpt inn í sterkan heim pepperoni til að endurskilgreina matreiðsluupplifun þína.

Gakktu til liðs við okkur þegar við afhjúpum leyndarmál þess að búa til heimabakað pepperóní, uppgötvum nýstárlegar leiðir til að fella það inn í réttina þína og fögnum ríkulegu bragðteppi sem þetta fjölhæfa hráefni færir á borðið. Hvort sem þú ert vanur kokkur eða heimakokkur sem er fús til að gera tilraunir, þá er "HEILDA PEPPERONI MAÐKABÓKIN" leiðarvísir þinn til að lyfta matreiðsluefninu þínu.

Spenntu því svuntuna þína, brýndu hnífana þína og gerðu þig tilbúinn til að leggja af stað í matreiðsluferð með pepperoni sem mun pirra bragðlaukana þína og láta þig langa í meira.

Morgunmatur

1. Pepperoni og Mozzarella Cruffin

HRÁEFNI:

- Tilbúið croissant deig
- Pepperoni í sneiðar
- Rifinn mozzarella ostur
- Tómatsósa (til að dýfa, valfrjálst)
- Þurrkað oregano og basil (valfrjálst)

LEIÐBEININGAR:

a) Forhitaðu ofninn þinn í þann hita sem mælt er með á smjördeigspakkanum.

b) Fletjið smjördeigsdeigið út á hreint yfirborð og skiptið í einstaka þríhyrninga eða ferhyrninga, allt eftir tegund deigs sem þú átt.

c) Leggðu eftirfarandi hráefni á hvert deigstykki; sneið pepperoni, rifinn mozzarella ost og strá af þurrkuðu oregano og basilíku (ef vill).

d) Rúllaðu deiginu upp, byrjaðu á breiðari endanum, til að búa til krumpuform. Lokaðu brúnunum til að koma í veg fyrir að fyllingin hellist út á meðan á bakstri stendur.

e) Setjið tilbúnar krumpurnar í muffinsform eða á bökunarplötu klædda bökunarpappír.

f) Bakið í forhituðum ofni í þann tíma sem tilgreindur er á smjördeigspakkanum eða þar til krumpurnar eru orðnar gullinbrúnar og osturinn bráðinn og freyðandi.

g) Ef þú vilt geturðu borið fram Pepperoni og Mozzarella Cruffins með hlið af tómatsósu til að dýfa í.

2.Ítalskar pizzavöfflur

HRÁEFNI:
- 4 egg
- 1 tsk ítalskt krydd
- 4 matskeiðar parmesanostur
- 3 matskeiðar möndlumjöl
- 1 matskeið beikonfeiti
- 1 matskeið Psyllium Husk Powder
- Salt og pipar eftir smekk
- ½ bolli tómatsósa
- 1 tsk lyftiduft
- 3 aura af Cheddar osti
- 14 sneiðar Pepperoni

LEIÐBEININGAR:
a) Blandið öllu hráefninu saman í ílát, nema tómatsósu og osti, með því að nota blöndunartæki.
b) Forhitið vöfflujárnið og hellið helmingnum af deiginu í það.
c) Leyfðu að elda í nokkrar mínútur.
d) Toppið hverja vöfflu með tómatsósu og osti.
e) Steikið síðan í ofninum í 4 mínútur.
f) Bætið pepperoni ofan á þær ef vill.

3.Pizza Croissants

HRÁEFNI:
- 1 lak af laufabrauði, þiðnað
- ½ bolli pizzasósa
- ½ bolli rifinn mozzarellaostur
- ¼ bolli sneið pepperoni
- 1 egg, þeytt
- Ítalskt krydd, til að strá yfir

LEIÐBEININGAR:
a) Forhitið ofninn í hitastigið sem tilgreint er á laufabrauðspakkanum, venjulega um 375°F (190°C).
b) Á létt hveitistráðu yfirborði, brettið þíða laufabrauðsplötuna út og fletjið það aðeins út til að jafna þykktina.
c) Skerið smjördeigið í þríhyrninga með því að nota hníf eða pizzusker. Þú ættir að fá um 6-8 þríhyrninga, fer eftir stærðinni sem þú vilt.
d) Smyrjið þunnu lagi af pizzusósu á hvern laufabrauðsþríhyrning og skiljið eftir smá kant í kringum brúnirnar.
e) Stráið rifnum mozzarellaosti yfir pizzasósulagið á hvern þríhyrning.
f) Settu nokkrar sneiðar af pepperoni ofan á ostinn og dreift þeim jafnt.
g) Byrjið á breiðari enda hvers þríhyrnings, rúllið deiginu varlega upp í átt að oddhvassa endanum og myndar smjördeigsform. Lokaðu brúnunum til að koma í veg fyrir að fyllingin leki út við bakstur.
h) Settu tilbúnu pizzu-croissants á bökunarplötu klædda bökunarpappír, hafðu smá bil á milli þeirra til að stækka við bakstur.
i) Penslið toppinn á hverri smjördeigið með þeyttu egginu sem gefur þeim fallegan gylltan lit þegar þær eru bakaðar.
j) Stráið ítölsku kryddi yfir hvern smjördeigshorn til að auka bragðið.
k) Bakaðu Pizza Croissants í forhituðum ofni í um 15-18 mínútur eða þar til þau verða gullinbrún og uppblásin.
l) Þegar þau eru bakuð skaltu taka smjördeigshornin úr ofninum og láta þau kólna aðeins á vírgrind.
m) Berið fram dýrindis heimabakaða Pizza Croissants sem bragðmikið meðlæti í hádeginu, kvöldmatinn eða sem veislusnarl. Þeir eiga örugglega eftir að slá í gegn hjá bæði börnum og fullorðnum.

4.Kryddaðir Pepperoni croissants

HRÁEFNI:
- Basic croissant deig
- 6 únsur. sneið pepperoni
- ¼ bolli rifinn mozzarellaostur
- ¼ bolli niðurskorin græn paprika
- 1 egg þeytt með 1 matskeið af vatni

LEIÐBEININGAR:
a) Fletjið croissant deigið út í stóran ferhyrning.
b) Skerið deigið í þríhyrninga.
c) Dreifið sneiðum pepperoni, rifnum mozzarella osti og hægelduðum grænum paprikum á neðri helming hvers smjördeigs.
d) Setjið efsta helminginn af smjördeiginu aftur og þrýstið varlega niður.
e) Setjið smjördeigshornin á fóðraða ofnplötu, pensliði með eggjaþvotti og látið hefast í 1 klukkustund.
f) Forhitið ofninn í 400°F (200°C) og bakið smjördeigshornin í 20-25 mínútur þar til þau eru gullinbrún.

5.Pull-Apart pizzabrauð

HRÁEFNI:
- 12 oz. túpukælt flögukex, skorið í fjórða
- 1 T. ólífuolía
- 12 sneiðar pepperoni, skornar í fjórða
- 1/4 c. rifinn mozzarella ostur
- 1 laukur, saxaður
- 1 t. Ítalskt krydd
- 1/4 t. hvítlaukssalt
- 1/4 c. rifinn parmesanostur

LEIÐBEININGAR:
a) Penslið kex með olíu; setja til hliðar. Blandið afganginum af hráefninu saman í skál; bæta við kex.
b) Kasta vel; raðið í Bundt ® pönnu klætt vel smurðri álpappír.
c) Bakið við 400 gráður í 15 mínútur.
d) Snúðu brauði úr pönnunni; draga í sundur til að bera fram.

6.Pepperoni og osta eggjakaka

HRÁEFNI:
- 3 egg
- 1/4 bolli niðurskorið pepperóní
- 1/4 bolli rifinn ostur (cheddar eða mozzarella)
- Salt og pipar eftir smekk

LEIÐBEININGAR:
a) Þeytið egg í skál og kryddið með salti og pipar.
b) Hitið pönnu sem festist ekki við meðalhita.
c) Hellið þeyttum eggjunum í pönnuna.
d) Stráið hægelduðum pepperoni og rifnum osti jafnt yfir helming eggjakökunnar.
e) Þegar eggin hafa stífnað skaltu brjóta hinn helminginn yfir fyllinguna.
f) Eldið í eina mínútu til viðbótar, rennið svo eggjakökunni á disk.

7.Pepperoni morgunmatur Burrito

HRÁEFNI:
- 2 stórar tortillur
- 1/2 bolli niðurskorið pepperoni
- 4 egg, hrærð
- 1/4 bolli rifinn ostur
- Salsa (valfrjálst)

LEIÐBEININGAR:
a) Hitið tortillurnar í þurrri pönnu eða örbylgjuofni.
b) Á sömu pönnu, eldið niðurskorið pepperóní þar til það er örlítið stökkt.
c) Hrærið eggin og bætið þeim á pönnuna með pepperoni.
d) Þegar eggin eru soðin skaltu hella blöndunni á miðju hverrar tortillu.
e) Stráið rifnum osti yfir eggin og blandið tortillunum saman í burritos.
f) Valfrjálst: Berið fram með salsa til hliðar.

8.Pepperoni og spínat morgunverðarmuffins

HRÁEFNI:
- 6 egg
- 1/2 bolli niðurskorið pepperoni
- 1 bolli ferskt spínat, saxað
- 1/4 bolli rifinn ostur
- Salt og pipar eftir smekk

LEIÐBEININGAR:
a) Hitið ofninn í 375°F (190°C) og smyrjið muffinsform.
b) Þeytið eggin í skál og kryddið með salti og pipar.
c) Hrærið í hægelduðum pepperoni, söxuðu spínati og rifnum osti.
d) Hellið blöndunni í muffinsformið og fyllið hvern bolla um það bil tvo þriðju.
e) Bakið í 20-25 mínútur eða þar til muffins eru stífnar og ljósbrúnar.

9.Pepperoni og kartöflu morgunmat Hash

HRÁEFNI:
- 2 kartöflur, skornar í bita
- 1/2 bolli niðurskorið pepperoni
- 1/2 laukur, smátt saxaður
- 2 hvítlauksgeirar, saxaðir
- 2 matskeiðar ólífuolía
- Salt og pipar eftir smekk

LEIÐBEININGAR:
a) Hitið ólífuolíu á pönnu yfir miðlungshita.
b) Bætið niðurskornum kartöflum út í og eldið þar til þær eru gullinbrúnar og eldaðar.
c) Bætið söxuðum pepperoni, söxuðum lauk og söxuðum hvítlauk á pönnuna.
d) Kryddið með salti og pipar og steikið þar til laukurinn er hálfgagnsær.
e) Berið hassið fram heitt, mögulega toppað með steiktu eggi.

10.Pepperoni og sveppir Quesadilla

HRÁEFNI:
- 2 stórar hveiti tortillur
- 1/2 bolli niðurskorið pepperoni
- 1/2 bolli sneiddir sveppir
- 1/4 bolli niðurskorin paprika
- 1/2 bolli rifinn ostur (valið þitt)

LEIÐBEININGAR:
a) Eldið niðurskorið pepperoni á pönnu þar til það er örlítið stökkt.
b) Bætið sneiðum sveppum og niðurskornum papriku á pönnuna og steikið þar til þeir eru mjúkir.
c) Setjið tortillu í pönnu, stráið rifnum osti yfir og bætið við pepperoni og grænmetisblöndunni.
d) Toppið með annarri tortillu og eldið þar til osturinn er bráðinn og tortillurnar eru gullinbrúnar.
e) Skerið í báta og berið fram.

11.Pepperoni og Egg Morgunverðarpizza

HRÁEFNI:

- Pizzadeig (keypt eða heimabakað)
- 1/2 bolli pizzasósa
- 1 bolli rifinn mozzarella ostur
- 1/2 bolli niðurskorið pepperoni
- 3 egg

LEIÐBEININGAR:

a) Forhitið ofninn samkvæmt leiðbeiningum um pizzadeig.
b) Fletjið pizzudeigið út og dreifið pizzusósunni jafnt yfir.
c) Stráið rifnum mozzarellaosti og skornum pepperoni yfir pizzuna.
d) Búðu til litla brunna í álegginu og smelltu eggi í hverja brunn.
e) Bakið í samræmi við leiðbeiningar um pizzudeigið þar til skorpan er orðin gullin og eggin eru soðin að vild.

12. Pepperoni og tómatar morgunverðarsamloka

HRÁEFNI:
- Enskar muffins, klofnar og ristaðar
- 4 egg, steikt eða hrærð
- 1/2 bolli niðurskorið pepperoni
- Tómatar í sneiðum
- Ostur í sneiðum (cheddar eða svissneskur)

LEIÐBEININGAR:
a) Eldið egg að eigin vali (steikt eða hrært).
b) Á ristað ensku muffins, leggðu egg, hægelduðum pepperoni, sneiðum tómötum og osti.
c) Setjið samlokuna saman og berið fram strax.

13.Pepperoni og Cheddar morgunverðarkex

HRÁEFNI:
- 2 bollar kexblöndu (keypt í búð eða heimabakað)
- 2/3 bolli mjólk
- 1/2 bolli niðurskorið pepperoni
- 1/2 bolli rifinn cheddar ostur

LEIÐBEININGAR:
a) Forhitið ofninn samkvæmt leiðbeiningum um kexblönduna.
b) Blandið saman kexblöndu, mjólk, hægelduðum pepperoni og rifnum cheddarost í skál.
c) Setjið skeiðar af deiginu á bökunarplötu.
d) Bakið samkvæmt leiðbeiningum um kexblönduna þar til kexið er gullinbrúnt.

14. Pepperoni og avókadó morgunverðarpappír

HRÁEFNI:
- 2 stórar tortillur
- 1/2 bolli niðurskorið pepperoni
- 1 avókadó, skorið í sneiðar
- 1/4 bolli niðurskornir tómatar
- 2 matskeiðar rjómaostur

LEIÐBEININGAR:
a) Dreifið rjómaosti yfir hverja tortillu.
b) Settu hægeldaða pepperóní, avókadó sneiðar og hægelduðum tómötum á annan helming hverrar tortillu.
c) Brjótið tortillurnar í tvennt til að búa til umbúðir.
d) Hitið pönnu og ristið hvolfið létt á báðum hliðum þar til tortillan er stökk.

15.Pepperoni og Hash Brown Casserole

HRÁEFNI:
- 4 bollar frosið kjötkássa, þíða
- 1/2 bolli niðurskorið pepperoni
- 1 bolli rifinn cheddar ostur
- 6 egg, þeytt
- 1 bolli mjólk
- Salt og pipar eftir smekk

LEIÐBEININGAR:
a) Forhitið ofninn í 350°F (175°C) og smyrjið bökunarform.
b) Dreifið þíða kjötkássa í bökunarformið.
c) Stráið hægelduðum pepperoni og rifnum cheddarosti yfir kjötkássið.
d) Í skál, þeytið saman þeytt egg, mjólk, salt og pipar. Hellið kjötkássa yfir.
e) Bakið í 30-35 mínútur eða þar til eggin hafa stífnað og toppurinn er gullinbrúnn.

16.Pepperoni og kúrbít morgunmat Frittata

HRÁEFNI:
- 6 egg
- 1/2 bolli niðurskorið pepperoni
- 1 bolli rifinn kúrbít
- 1/2 bolli fetaostur, mulinn
- 1 matskeið ólífuolía
- Salt og pipar eftir smekk

LEIÐBEININGAR:
a) Forhitaðu grillið í ofninum þínum.
b) Í ofnheldri pönnu, steikið í teninga pepperoni og rifinn kúrbít í ólífuolíu þar til það er mjúkt.
c) Þeytið egg í skál og kryddið með salti og pipar. Hellið pepperoni og kúrbít yfir.
d) Stráið muldum fetaosti yfir og eldið á helluborði þar til brúnirnar stífna.
e) Færið pönnuna yfir í grillið og steikið þar til toppurinn er gylltur og eggin eru full stíf.

17.Pepperoni og ostur morgunmatur Bagel

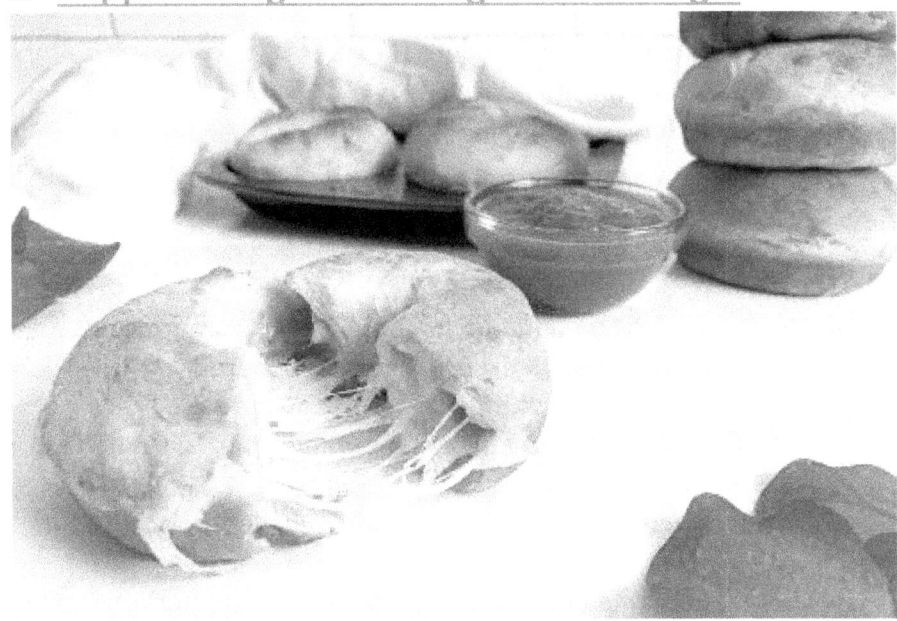

HRÁEFNI:
- 2 beyglur, sneiddar og ristaðar
- 1/2 bolli niðurskorið pepperoni
- 1/4 bolli rjómaostur
- 1/2 bolli rifinn Monterey Jack ostur
- Fersk basilíkublöð til skrauts (valfrjálst)

LEIÐBEININGAR:
a) Smyrjið rjómaosti á hvern ristað beygjuhelming.
b) Stráið hægelduðum pepperoni og rifnum Monterey Jack osti yfir rjómaostinn.
c) Setjið beyglurnar á ofnplötu og steikið þar til osturinn er bráðinn og freyðandi.
d) Skreytið með fersku basilíkulaufi ef vill og berið fram.

SNÍL

18.Pepperoni franskar

HRÁEFNI:
- 24 sneiðar sykurlaus pepperoni
- Olía

LEIÐBEININGAR:
a) Forhitið ofninn í 425°F.
b) Klæðið bökunarplötu með bökunarpappír og leggið pepperoni sneiðar í einu lagi.
c) Bakið í 10 mínútur og takið síðan úr ofninum og notaðu pappírshandklæði til að þurrka burt umfram fitu.
d) Settu aftur í ofninn í 5 mínútur í viðbót eða þar til pepperoni er stökkt.

19.Hot Pizza Super dýfa

HRÁEFNI:
- Mýkt Rjómi Ostur
- Majónes
- Mozzarella Ostur
- Basil
- Oregano
- Hvítlaukur Púður
- Pepperoni
- Svartur Ólífur
- Grænn Bell Paprika

LEIÐBEININGAR:

a) Blandið saman inn þitt mýkt rjóma ostur, majónesi, og a lítið smá af mozzarella ostur. Bæta við a strá af basil, óreganó, steinselja, og hvítlauk duft, og hrærið þar til það er ágætlega samanlagt.

b) Fylla það inn í þitt djúpt fat baka diskur og dreifing það út inn an jafnvel lag.

c) Dreifing þitt pizza sósu á efst og Bæta við þitt valinn álegg. Fyrir þetta dæmi, við vilja Bæta við mozzarella ostur, pepperóní svartur ólífur, og grænn papriku. Baka kl 350 fyrir 20 mínútur.

20.Pizzafylltar Bagel sprengjur

HRÁEFNI:
- 1 dós (8 aura) af kældu hálfmánadeigi
- 4 mini pepperoni sneiðar
- 4 litlir teningur af mozzarellaosti
- 1 tsk ítalskt krydd
- 1 msk rifinn parmesanostur
- ½ bolli marinara sósa hituð

LEIÐBEININGAR:
a) Forhitið ofninn í 375°F (190°C).
b) Fletjið hálfmánarúlludeigið út og skerið það í 4 jafna ferninga.
c) Setjið eina pepperoni sneið og einn tening af mozzarella osti í miðju hvers fernings.
d) Brjótið hornin á deiginu upp í kringum fyllinguna og myndið kúluform.
e) Stráið fylltu kúlunum yfir ítölsku kryddi og rifnum parmesanosti.
f) Setjið fylltu kúlurnar á ofnplötu og bakið í forhituðum ofni í 12-15 mínútur eða þar til þær eru gullinbrúnar.
g) Berið fram pizzufylltu beyglusprengjunum með heitri marinara sósu til ídýfingar.

21. Pepperoni Pizza Scones

HRÁEFNI:
- 2 bollar alhliða hveiti
- ½ tsk salt
- 1 matskeið lyftiduft
- ¼ tsk matarsódi
- 2 matskeiðar sykur
- ⅓ bolli kalt smjör
- ½ tsk kornaður hvítlaukur
- 1 ¼ bolli rifinn mozzarella ostur
- ¼ bolli rifinn cheddar ostur
- 3½ aura pakkað pepperóní
- 1 bolli mjólk

LEIÐBEININGAR:
a) Hitið ofninn í 400 gráður. Klæðið bökunarplötu með bökunarpappír og leggið til hliðar.

b) Blandið öllum þurrefnunum saman í stóra skál. Hrærið köldu smjörinu út í og brjótið það í litla bita með sætabrauðsskera. Skerið pepperóníið í smærri bita og hrærið því út í þurrefnin ásamt mozzarella- og cheddarostunum. Bætið mjólkinni út í og hrærið þar til allt hráefnið er vel vætt.

c) Stráið stykki af vaxpappír vel yfir hveiti. Skafið deigið á vaxpappírinn og bætið meira hveiti ofan á.

d) Settu annað stykki af vaxpappír yfir deigið og þrýstu því niður í 1 ½-2 tommu þykkt.

e) Fjarlægðu efsta vaxpappírinn varlega. Skerið deigið í 8 bita, eins og baka, og leggið á bökunarpappírinn. Vertu viss um að strá botninum með hveiti til að koma í veg fyrir að það festist.

f) Bakið í 15-20 mínútur eða þar til skonsurnar eru orðnar gullinbrúnar. Berið þær fram volgar með marinara sósu.

g) Njóttu Pepperoni Pizza bragðmikla skonsanna þinna!

22. Pepperoni brauðstangir

HRÁEFNI:
- 2 bollar Bisquick upprunaleg bökunarblanda
- ½ bolli kalt vatn
- ½ bolli hakkað pepperóní (um 2 aura)
- ½ stafur smjörlíki eða smjör; bráðnað
- 1 msk rifinn parmesanostur
- 1 bolli pizzasósa

LEIÐBEININGAR:
a) Hitið ofninn í 425 gráður. Blandið bökunarblöndu, köldu vatni og pepperoni þar til deigið myndast; sló 20 höggum. Snúðu deiginu á yfirborð sem er rykað með bökunarblöndu; Rúllaðu varlega í bökunarblöndu til að hjúpa. Hnoðið 5 sinnum.
b) RÚLAÐU deigið í 10 tommu ferning. Skerið í tvennt. Skerið hvern helming þversum í 14 ræmur. Snúðu endum ræma í gagnstæðar leiðbeiningar.
c) Setjið á ósmurða kökuplötu, þrýstið endunum á kökuplötuna til að festa vel. Penslið ríkulega með smjörlíki. Stráið osti yfir.
d) BAKAÐI 10 til 12 mínútur eða þar til ljósgulbrúnt. Hitið pizzasósu þar til hún er heit. Dýfðu brauðstöngunum í pizzasósu. Um 28 brauðstangir.

23. Ranch Pizza Pinwheels

HRÁEFNI:
- 1 túpa (13,8 aura) pizzaskorpa í kæli
- ¼ bolli tilbúinn búgarðssalatsósa
- ½ bolli rifinn Colby-Monterey Jack ostur
- ½ bolli niðurskorið pepperoni
- ¼ bolli saxaður grænn laukur
- Pizzusósa hituð eða auka búgarðssalatsósa, valfrjálst

LEIÐBEININGAR:
a) Rúllið pizzudeig í 12x10 tommu ferhyrning á létt hveitistráðu yfirborði. Dreifðu búgarðsklæðningu jafnt innan ¼-tommu. af brúnunum. Stráið lauk, pepperoni og osti yfir. Byrjið á langhliðinni, rúllið upp eins og hlaup.

b) Skerið í 1-in. sneiðar. Setjið á smurða bökunarplötu, með skera hliðinni niður. Bakið í 10-13 mínútur þar til þær eru ljósbrúnar við 425°. Berið fram heitt með auka búgarðsdressingu eða pizzusósu (valfrjálst). Geymið afganga í kæli.

24. Pepperoni English Muffin Pizza

HRÁEFNI:
- 2 matskeiðar pizzasósa
- 2 matskeiðar rifinn mozzarella ostur
- Pepperoni stangir, skornar í þunnar sneiðar
- Valfrjálst álegg: heitir bananipiparhringar
- 3 enskar muffins, skiptar

LEIÐBEININGAR:

a) Forhitaðu ofninn þinn í 400°F (200°C).
b) Skiptu hverri ensku muffins í tvennt og settu þau á bökunarplötu.
c) Smyrjið lagi af pizzasósu á hvern muffinshelming.
d) Toppið með sneiðum pepperoni hringjum, osti og valfrjálsum heitum bananapiparhringjum.
e) Bakið í forhituðum ofni í um 10-12 mínútur eða þar til brúnirnar eru gylltar og osturinn er freyðandi og aðeins brúnaður.
f) Takið úr ofninum og látið kólna í eina mínútu áður en þær eru bornar fram.

25.Carbquik Pepperoni brauðstangir

HRÁEFNI:

- 2 bollar Carbquik
- ½ bolli kalt vatn
- ½ bolli pepperoni sneiðar, smátt saxaðar
- ¼ bolli smjör, brætt
- 1 msk rifinn parmesanostur
- Lágkolvetna pizzasósa (valfrjálst)

LEIÐBEININGAR:

a) Forhitaðu ofninn þinn í 425ºF.
b) Blandið saman Carbquik, köldu vatni og fínt söxuðu pepperoni í blöndunarskál. Blandið þar til deig myndast og þeytið þar til deigið losnar úr skálinni og er ekki lengur klístrað.
c) Snúðu deiginu á yfirborð sem er rykað með Carbquik og rúllaðu því varlega í Carbquik til að húða það. Hnoðið deigið fimm sinnum.
d) Rúllaðu deiginu í 10 tommu ferning. Skerið það síðan í tvennt. Næst skaltu skera hvern helming þversum í 15 ræmur.
e) Snúðu endum lengjanna í gagnstæðar áttir til að þær fái fallegt snúið form. Settu þessar snúnu ræmur á ósmurða kökuplötu, þrýstu endunum á blaðið til að festa þær örugglega.
f) Penslið toppa brauðstanganna ríkulega með bræddu smjöri og stráið síðan rifnum parmesanosti yfir.
g) Bakið brauðstangirnar í forhituðum ofni í 10 til 12 mínútur, eða þar til þær verða ljósgulbrúnar.
h) Ef þú vilt skaltu hita lágkolvetna pizzasósuna þína þar til hún er heit og tilbúin til dýfingar.
i) Berið brauðstangirnar fram volgar ásamt sósunni til ídýfingar. Njóttu dýrindis heimabakaðra brauðstanganna þinna!

26.Ósléttar pizzurúllur

HRÁEFNI:
- 1 brauð (1 pund) frosið pizzadeig, þiðnað
- ½ bolli pastasósa
- 1 bolli niðurskorinn mozzarellaostur að hluta, skipt
- 1 bolli grófsaxað pepperóní (um 64 sneiðar)
- ½ pund ítalsk pylsa í lausu, soðin og mulin
- ¼ bolli rifinn parmesanostur
- Hakkað fersk basilika, valfrjálst
- Myldar rauðar piparflögur, valfrjálst

LEIÐBEININGAR:
a) Hitið ofninn í 400°. Á létt hveitistráðu yfirborði skaltu rúlla deiginu í 16x10 tommu rétthyrningur. Penslið með pastasósu í innan við ½ tommu brúnir.
b) Stráið ½ bolli af mozzarellaosti, pepperoni, pylsum og parmesan yfir. Rúlla upp hlaup-rúllu stíll, byrjar með langri hlið; klíptu í sauminn til að innsigla.
c) Skerið í 8 sneiðar. Settu í smurða 9 tommu steypujárnspönnu eða smurða 9 tommu kringlótt bökunarpönnu, með skera hliðinni niður.
d) Bakið í 20 mínútur; stráið afganginum af mozzarellaosti yfir. Bakið þar til það er gullið brúnt, 5-10 mínútur lengur. Ef vill, berið fram með hakkaðri ferskri basil og muldu rauðu piparflögur.

27. Ítalskar Pepperoni rúllups

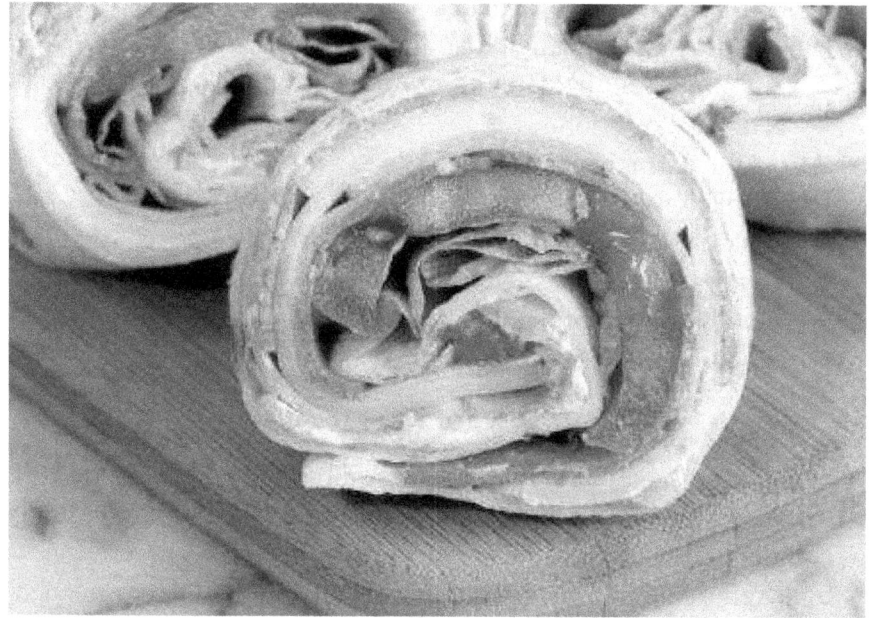

HRÁEFNI:
- 5 10 tommu hveiti tortillur
- 16 aura af rjómaosti mildaður
- 2 tsk hakkaður hvítlaukur
- ½ bolli sýrður rjómi
- ½ bolli parmesanostur
- ½ bolli ítalskur rifinn ostur eða mozzarella ostur
- 2 tsk ítalskt krydd
- 16 aura pepperoni sneiðar
- ¾ bolli smátt skorin gul og appelsínugul paprika
- ½ bolli fínt saxaðir ferskir sveppir

LEIÐBEININGAR:
a) Þeytið rjómaostinn í blöndunarskál þar til hann er sléttur. Blandið hvítlauk, sýrðum rjóma, osti og ítölsku kryddi saman í blöndunarskál. Blandið þar til allt er vel blandað saman.

b) Dreifið blöndunni jafnt á milli 5 hveiti tortillanna. Hyljið alla tortilluna með ostablöndunni.

c) Leggið pepperoni lag ofan á ostablönduna.

d) Skerið pepperóníið saman við gróft sneiðar papriku og sveppum.

e) Rúllaðu hverri tortillu þétt saman og settu hana inn í plastfilmu.

f) Setjið til hliðar í að minnsta kosti 2 tíma í kæli.

28.Jalapeno sprengjur

HRÁEFNI:
- 1 bolli smjör, mildað
- 3 únsur. Rjómaostur
- 3 sneiðar Beikon
- 1 meðalstór Jalapeno pipar
- 1/2 tsk. Þurrkuð steinselja
- 1/4 tsk. Laukur duft
- 1/4 tsk. Hvítlauksduft
- Salt og pipar eftir smekk

LEIÐBEININGAR:
a) Steikið 3 sneiðar af beikoni á pönnu þar til þær verða stökkar.
b) Takið beikon af pönnunni en geymið afganginn af fitunni til notkunar síðar.
c) Bíddu þar til beikonið er kólnað og stökkt.
d) Fræhreinsið jalapenó pipar og skerið síðan í litla bita.
e) Blandið saman rjómaosti, smjöri, jalapenó og kryddi. Kryddið með salti og pipar eftir smekk.
f) Bætið beikonfitunni út í og blandið saman þar til það hefur myndast fast blanda.
g) Myljið beikon og setjið á disk. Rúllaðu rjómaostablöndunni í kúlur með hendinni og rúllaðu síðan kúlu inn í beikonið.

29. Cheesy Pizza Pinwheels

HRÁEFNI:
DEIG
- 1 13 únsur. pkg. pizzadeig í kæli

AÐFULLT PIZZUSÓSA
- 2 bollar marinara sósa
- 1/2 tsk laukduft, þurrkuð basil, þurrkuð steinselja
- 1/4 tsk þurrkað oregano hvítlauksduft, salt, pipar, mulinn rauður pipar

ÁFLYTTIR
- 1 bolli nýrifinn mozzarellaostur
- 1/3 bolli nýrifinn parmesanostur
- 32 pepperoni
- 1/2 bolli fínt skorin græn paprika

LEIÐBEININGAR:
a) Hitið ofninn í 375 gráður F. Klæðið bökunarplötu með bökunarpappír. Setja til hliðar.
b) Fletjið út langan smjörpappír og hveiti það létt.
c) Rúllið deigið í 12×16 tommu ferhyrning á hveitistráðu pergamenti.
d) Þeytið saman allt hráefnið í pizzusósunni. Dreifið ¾ bolla af pizzusósu jafnt yfir deigið, skilið eftir 1" kant á efstu langbrúninni,
e) Hitið pepperóní í örbylgjuofn á pappírsklædda plötu í 20 sekúndur og stráið síðan umframfeiti af. Jöfn sósa með mozzarella, pepperoni, grænni papriku og parmesan.
f) Byrjaðu á langhliðinni næst þér, rúllaðu deiginu þétt upp, klíptu í öll hráefni sem sleppur út og lokaðu saumnum.
g) Skerið endana á rúllunni af með hnífshníf og skerið rúlluna í 12 jafna bita.
h) Skerið þessa bita í 3 hjól.
i) Settu hjólið með skurðhliðinni upp á tilbúna bökunarplötuna.
j) Bakið við 375 gráður F í 25-30 mínútur eða þar til deigið er gullið.
k) Takið úr ofninum og látið kólna í 5 mínútur áður en hjólin eru fjarlægð af pönnunni á vírgrind.
l) Skreytið með ferskri steinselju og berið fram með afganginum af heitri pizzasósu ef vill.

30. Fljótlegar og einkennilegar Quesadillas

HRÁEFNI:

- 2 10" tortillur
- 2 matskeiðar pizzasósa
- 1 únsa rifinn cheddar ostur
- 1 únsa rifinn mozzarella ostur
- 8 sneiðar af pepperoni
- Matreiðslusprey

LEIÐBEININGAR:

a) Steikið pepperoni á meðalstórri pönnu þar til það er stökkt. Takið af pönnu og setjið til hliðar. Þurrkaðu pönnu með pappírshandklæði.

b) Settu eina tortillu á disk og dreifðu tveimur matskeiðum af pizzasósu á hana.

c) Stráið helmingnum af rifnum cheddar og mozzarella osti ofan á sósuna.

d) Raðið steiktu pepperoni ofan á ostinn.

e) Stráið restinni af ostinum yfir pepperoni og hyljið með restinni af tortillu.

f) Sprayið pönnu með matreiðsluúða og hitið yfir meðalhita.

g) Setjið quesadilla varlega á pönnu og eldið þrjár til fjórar mínútur á hvorri hlið eða þar til osturinn er bráðinn og tortillurnar eru léttbrúnar og stökkar.

31.Ostur Pepperoni Pizza Dip

HRÁEFNI:
- Forbakað 12 tommu pizzaskorpa
- 1 bolli ristaður hvítlaukur og parmesan spaghettísósa
- 1-1/2 bollar rifinn mozzarellaostur að hluta
- 4 sneiðar Muenster ostur, skornar í þunnar strimla
- 20 sneiðar pepperoni, saxaðar
- Þurrkað oregano, valfrjálst

LEIÐBEININGAR:
a) Stilltu ofninn á 350°, settu síðan á ósmurða bökunarplötu með pizzuskorpu og bakaðu þar til hann er orðinn í gegn, um 9 til 12 mínútur.

b) Hitið á sama tíma spaghettísósu í litlum potti við miðlungs lágan hita. Setjið pepperóní og osta út í, eldið síðan og hrærið þar til sósan er hituð í gegn og ostar bráðnir. Stráið oregano yfir ef þið viljið.

c) Skerið pizzuskorpuna í 1-1/2 tommu. strimlum og berið fram volgar ásamt sósu.

32.Ranch Pizza Pinwheels

HRÁEFNI:
- 1 túpa (13,8 aura) pizzaskorpa í kæli
- 1/4 bolli tilbúinn búgarðssalatsósa
- 1/2 bolli rifinn Colby-Monterey Jack ostur
- 1/2 bolli niðurskorið pepperoni
- 1/4 bolli saxaður grænn laukur
- Pizzasósa, hituð eða auka búgarðssalatsósa, valfrjálst

LEIÐBEININGAR:
a) Rúllaðu pizzudeigið í 12x10-tommu. rétthyrningur á létt hveitistráðu yfirborði. Dreifðu búgarðsklæðnaði jafnt innan 1/4 tommu. af brúnunum. Stráið lauk, pepperoni og osti yfir. Byrjið á langhliðinni, rúllið upp eins og hlaup.
b) Skerið í 1-in. sneiðar. Setjið á smurða bökunarplötu, skera hliðina niður. Bakið í 10-13 mínútur þar til þær eru ljósbrúnar við 425°. Berið fram heitt með auka búgarðsdressingu eða pizzusósu (valfrjálst). Geymið afganga í kæli.

33.Pepperoni og spínat fylltir sveppir

HRÁEFNI:
- 24 stórir sveppir, hreinsaðir og stilkar fjarlægðir
- 1/2 bolli niðurskorið pepperoni
- 1 bolli saxað ferskt spínat
- 1 bolli rjómaostur, mildaður
- 1/2 bolli rifinn mozzarellaostur
- 1/4 bolli rifinn parmesanostur
- Salt og pipar eftir smekk

LEIÐBEININGAR:
a) Forhitið ofninn í 375°F (190°C).
b) Blandið saman í skál hægelduðum pepperoni, söxuðu spínati, rjómaosti, mozzarellaosti, parmesanosti, salti og pipar.
c) Fylltu hverja sveppahettu með blöndunni.
d) Setjið fyllta sveppi á ofnplötu.
e) Bakið í 15-20 mínútur eða þar til sveppir eru mjúkir.
f) Berið fram heitt.

34. Pepperoni, Provolone & Pecorino Pita

HRÁEFNI:
- 4 pítur
- ½ bolli ristuð, afhýdd og niðurskorin rauð og/eða gul paprika
- 2 hvítlauksgeirar, saxaðir
- 4 aura pepperoni, þunnt sneið
- 4 aura provolone ostur, skorinn í teninga
- 2 matskeiðar nýrifinn pecorino ostur
- 4 ítalskar eða grískar súrsaðar paprikur eins og pepperoncini, þunnar sneiðar
- Ólífuolía til að pensla pítu

LEIÐBEININGAR:
a) Skerið 1 hlið af hverri pítu og opnið þá til að mynda vasa.
b) Leggðu papriku, hvítlauk, pepperoni, provolone, pecorino og papriku í hverja pítu og þrýstu til að loka. Penslið utanverðið létt með ólífuolíu.
c) Hitið þunga pönnu sem ekki er stafur yfir meðalháum hita eða notaðu samlokuvél eða panini pressu. Setjið samlokurnar á pönnuna.
d) Lækkið hitann í lágan og þyngið samlokurnar niður, þrýstið um leið og þið brúnið þær. Eldið aðeins þar til osturinn bráðnar; þú vilt ekki að osturinn brúnist og stökki, einfaldlega til að halda öllum fyllingum saman.
e) Berið fram strax.

35.Pepperoni og ostur Kabobs

HRÁEFNI:
- Pepperoni sneiðar
- Mozzarella- eða cheddarostteningur
- Kirsuberjatómatar
- Basil lauf (valfrjálst)

LEIÐBEININGAR:
a) Þræðið sneið af pepperoni á tannstöngul eða lítinn teini.
b) Bætið við ostartenningi og kirsuberjatómötum.
c) Endurtaktu ferlið fyrir hvern teini.
d) Hægt er að bæta basilíkublaði á milli pepperónísins og ostsins.
e) Raðið kabobunum á framreiðsludisk og njótið.

36. Pepperoni og rjómaostur rúlla

HRÁEFNI:
- Mýktur rjómaostur
- Pepperoni sneiðar
- Pickle spjót

LEIÐBEININGAR:
a) Smyrjið þunnu lagi af rjómaosti yfir sneið af pepperoni.
b) Settu súrsuðuspjót í annan endann og rúllaðu pepperóníinu utan um það.
c) Festið með tannstöngli ef þarf.
d) Endurtaktu ferlið fyrir hverja rúlla.
e) Berið fram og smakkið bragðblönduna.

37.Pepperoni og ólífubitar

HRÁEFNI:
- Grænar eða svartar ólífur (hreinsaðar)
- Pepperoni sneiðar
- Rjómaostur

LEIÐBEININGAR:
a) Fylltu hverja ólífu með litlu magni af rjómaosti.
b) Vefjið sneið af pepperoni utan um hverja ólífu.
c) Festið með tannstöngli.
d) Raðið pepperóní- og ólífubitunum á disk og njótið.

38.Pepperoni og grænmetisfylltir sveppir

HRÁEFNI:
- Stórir sveppir, hreinsaðir og stilkar fjarlægðir
- Pepperoni sneiðar, smátt saxaðar
- Rjómaostur
- Saxaður grænn laukur
- Rifinn parmesanostur

LEIÐBEININGAR:
a) Forhitið ofninn í 375°F (190°C).
b) Blandið saman rjómaosti, söxuðu pepperoni, söxuðum grænum lauk og rifnum parmesanosti í skál.
c) Fylltu hverja sveppahettu með rjómaostablöndunni.
d) Setjið fylltu sveppina á bökunarplötu og bakið í um 15-20 mínútur eða þar til sveppir eru mjúkir.
e) Berið fram heitt sem dýrindis snakk með pepperoni.

PIZSA

39.Carbquik hvít pizza

HRÁEFNI:
- 1 ½ bolli Carbquik
- ⅓ bolli heitt vatn (120-140 gráður)
- 8 aura ricotta ostur (nýmjólk)
- 4 aura sneið pepperoni
- ½ bolli sneiddir sveppir
- 6 aura rifinn mozzarella ostur

LEIÐBEININGAR:
a) Forhitaðu ofninn þinn í 450ºF (230ºC) og smyrðu 12 tommu pizzupönnu.
b) Í skál skaltu hræra saman Carbquik blöndunni og mjög heitu vatni þar til mjúkt deig myndast. Hnoðið deigið í 2-3 mínútur þar til það er þurrt og ekki lengur klístrað.
c) Þrýstið deiginu í pizzuformið.
d) Dreifið ricotta ostinum jafnt yfir deigið.
e) Toppið pizzuna með sneiðum pepperoni, sneiðum sveppum og rifnum mozzarellaosti.
f) Bakið pizzuna á neðstu grind í heitum ofninum í 12 til 15 mínútur eða þar til skorpan er gullinbrún og osturinn er freyðandi.
g) Þú getur orðið skapandi með álegginu þínu. Íhugaðu að bæta við kjöti, papriku, ólífum, aspas eða reyktum fiski til að sérsníða hvítu pizzuna þína.

40.Garðbasil pepperoni pizza

HRÁEFNI:
- No-Hnoðið brauð og pizzadeig, ½ pund
- Extra virgin ólífuolía, ein matskeið
- Provolone ostur, einn bolli, rifinn
- Kirsuberjatómatar, 2 bollar
- Mozzarella ostur, einn bolli, rifinn
- Niðursoðnir niðursoðnir tómatar, ¾ bolli
- Pepperoni í sneiðar, 8 stykki
- 1 hvítlauksgeiri, saxaður eða rifinn
- Kosher salt og nýmalaður pipar
- Fersk basilíka, til skrauts

LEIÐBEININGAR:
a) Fletjið deigið út á yfirborð sem hefur verið létt með hveiti.
b) Færðu deigið varlega yfir á tilbúna plötupönnuna.
c) Leggið mozzarella og provolone ofan á ásamt söxuðum tómötum.
d) Dreifið pepperóníinu yfir.
e) Blandið saman kirsuberjatómötum, hvítlauk, ólífuolíu, salti og pipar.
f) Dreifið jafnt yfir pizzuna.
g) Bakið í 10 til 15 mínútur við 450°F.
h) Setjið fersk basilíkublöð ofan á.
i) Skerið, og njótið.

41. Deep-Dish Cast Iron Pizza

HRÁEFNI:
- 2 ¼ teskeiðar virkt þurrger
- ½ tsk púðursykur
- 1 ¼ bollar heitt vatn (110 gráður F (43 gráður C))
- 2 bollar alhliða hveiti
- 2 tsk hvítlaukssalt
- ¼ bolli smjör
- 2 bollar alhliða hveiti
- 1 matskeið vínberjaolía
- 1 skammtur matreiðslusprey
- ⅓ bolli svínakjötspylsa í lausu
- 1 (3,5 aura) ítalsk pylsa í magni
- 2 matskeiðar vínberjaolía
- ½ bolli pizzasósa
- ⅓ bolli rifinn mozzarellaostur
- 24 sneiðar pepperoni
- ⅓ bolli rifinn mozzarellaostur
- 1 msk smjör, mildað
- ⅛ teskeið ítalskt krydd
- ⅛ teskeið hvítlauksduft

LEIÐBEININGAR:

a) Stráið geri og púðursykri yfir heitt vatn í skál hrærivélar búin deigkrók. Látið standa í 5 til 10 mínútur þar til gerið mýkist og byrjar að mynda rjómalaga froðu.

b) Snúðu hrærivélinni á lægstu stillingu og bættu rólega við 2 bollum hveiti 1/2 bolli í einu. Bætið við hvítlaukssalti og 1/4 bolli smjöri. Setjið hina 2 bolla af hveiti saman og hnoðið þar til deigið er slétt og teygjanlegt, 5 til 7 mínútur.

c) Húðaðu stóra glerskál með 1 msk vínberjaolíu. Mótaðu deigið í kúlu og settu í skál, snúðu til að hjúpa allar hliðar með olíu. Sprayðu plastfilmu með matreiðsluúða og hyldu skálina lauslega. Hyljið skálina með handklæði og látið hefast á heitu svæði þar til deigið hefur tvöfaldast að stærð, um 45 mínútur. Kýlið niður deigið og leyfið að hvíla í 20 mínútur.

d) Á meðan deigið er að hvíla, hitið pönnu yfir meðalhita; elda og hræra magn pylsur þar til brúnt og molna, um 5 mínútur. Flyttu soðna pylsuna í skál með skeiðar og geymdu dropann í pönnunni. Steikið ítalska pylsuhlekkinn í dreypi þar til þau eru brún og ekki lengur bleik í miðjunni, um það bil 10 mínútur. Skerið pylsu.

e) Forhitið ofninn í 400 gráður F (200 gráður C). Smyrjið 12 tommu steypujárnspönnu með 2 msk vínberjaolíu.

f) Þrýstið deiginu í og upp á hliðarnar á tilbúnu pönnunni. Stinga göt í deigið með gaffli til að koma í veg fyrir loftbólur. Dreifið pizzusósu um botninn á skorpunni. Stráið 1/3 bolla mozzarellaosti yfir sósuna; leggið helminginn af lausu pylsunni, helminginn af niðurskornu pylsunni og helminginn af pepperóníinu yfir ostinn. Endurtaktu kjötlögin. Toppið með 1/3 bolla mozzarellaosti sem eftir er.

g) Bakið í forhituðum ofni á neðri grind þar til skorpan er gullinbrún, um 25 mínútur. Penslið skorpu með 1 matskeið smjöri; kryddið með ítölsku kryddi og hvítlauksdufti. Takið pizzuna af pönnunni og látið hvíla í 3 til 5 mínútur áður en hún er skorin í sneiðar.

42.Gervi pepperoni ramen pizza

HRÁEFNI:
- 1 (3 oz.) pakkar ramennúðlur, hvaða bragð sem er
- 1 matskeið ólífuolía
- 1 (14 oz.) krukkur spaghettísósa
- 1 C. fituskert mozzarellaostur, rifinn
- 3 únsur. kalkúnn pepperoni
- 1/2 tsk þurrkað oregano

LEIÐBEININGAR:
a) Áður en þú gerir eitthvað skaltu forhita grillið í ofninum.
b) Útbúið núðlurnar samkvæmt leiðbeiningunum á pakkanum án kryddpakkans. Tæmdu það.
c) Settu stóra ofnfasta pönnu yfir miðlungshita. Hitið olíuna í henni. Steikið núðlurnar í því og þrýstið þeim á botninn í 2 mínútur til að búa til skorpu.
d) Hellið sósunni yfir núðlurnar og toppið hana með 2 oz. pepperoni sneiðar. Stráið ostinum ofan á og síðan afgangs pepperoni og oregano.
e) Settu pönnuna yfir í ofninn og eldaðu þær í 2 til 3 mínútur eða þar til osturinn bráðnar.
f) Leyfðu pizzunni að missa hitann í 6 mínútur. þjóna því.
g) Njóttu.

43. Pepperoni og grænmetispizza

HRÁEFNI:
- Pizzadeig
- 1/2 bolli pizzasósa
- 1 1/2 bollar rifinn mozzarellaostur
- 1/2 bolli sneið pepperoni
- 1/2 bolli niðurskorin paprika (miks litir)
- 1/2 bolli sneiðar svartar ólífur

LEIÐBEININGAR:

a) Hitið ofninn og fletjið pizzadeigið út.
b) Dreifið pizzusósu yfir deigið.
c) Stráið mozzarella osti jafnt yfir.
d) Raðið sneiðum pepperoni, papriku og svörtum ólífum yfir ostinn.
e) Bakið samkvæmt leiðbeiningum um pizzudeig þar til skorpan er gullin og áleggið eldað.

44.Pepperoni og beikon BBQ pizza

HRÁEFNI:
- Pizzadeig
- 1/2 bolli grillsósa
- 1 1/2 bollar rifinn mozzarellaostur
- 1/2 bolli sneið pepperoni
- 1/2 bolli soðið og mulið beikon
- Rauðlaukssneiðar (valfrjálst)

LEIÐBEININGAR:
a) Hitið ofninn og fletjið pizzadeigið út.
b) Dreifið grillsósu yfir deigið.
c) Stráið mozzarella osti jafnt yfir.
d) Raðið niðursneiddum pepperoni og mulið beikon yfir ostinn.
e) Bætið rauðlaukssneiðum við ef vill.
f) Bakið í samræmi við leiðbeiningar um pizzudeig þar til skorpan er gullin og áleggið freyðandi.

45.Pepperoni og Pestó pizza

HRÁEFNI:
- Pizzadeig
- 1/2 bolli pestósósa
- 1 1/2 bollar rifinn mozzarellaostur
- 1/2 bolli sneið pepperoni
- Kirsuberjatómatar, helmingaðir
- Ferskt rúlla til áleggs

LEIÐBEININGAR:
a) Hitið ofninn og fletjið pizzadeigið út.
b) Dreifið pestósósu yfir deigið.
c) Stráið mozzarella osti jafnt yfir.
d) Raðið sneiðum pepperoni og kirsuberjatómötum yfir ostinn.
e) Bakið samkvæmt leiðbeiningum um pizzudeig þar til skorpan er gullin og áleggið eldað.
f) Toppið með fersku rucola áður en það er borið fram.

46.Pepperoni og sveppir Alfredo pizza

HRÁEFNI:
- Pizzadeig
- 1/2 bolli Alfredo sósa
- 1 1/2 bollar rifinn mozzarellaostur
- 1/2 bolli sneið pepperoni
- 1 bolli sneiddir sveppir
- Fersk steinselja til skrauts

LEIÐBEININGAR:
a) Hitið ofninn og fletjið pizzadeigið út.
b) Dreifið Alfredo sósu yfir deigið.
c) Stráið mozzarella osti jafnt yfir.
d) Raðið sneiðum pepperoni og sveppum yfir ostinn.
e) Bakið samkvæmt leiðbeiningum um pizzudeig þar til skorpan er gullin og áleggið eldað.
f) Skreytið með ferskri steinselju áður en það er borið fram.

47.Pepperoni og spínat þistilpizza

HRÁEFNI:
- Pizzadeig
- Spínat þistilhjörtu ídýfa
- 1 1/2 bollar rifinn mozzarellaostur
- 1/2 bolli sneið pepperoni
- Fersk spínatblöð
- Rifinn parmesanostur til áleggs

LEIÐBEININGAR:
a) Hitið ofninn og fletjið pizzadeigið út.
b) Dreifið spínatþistildýfu yfir deigið.
c) Stráið mozzarella osti jafnt yfir.
d) Raðið niðursneiddum pepperoni og ferskum spínatlaufum yfir ostinn.
e) Bakið í samræmi við leiðbeiningar um pizzudeig þar til skorpan er gullin og áleggið freyðandi.
f) Stráið rifnum parmesanosti yfir áður en borið er fram.

48.Pepperoni og kjúklingur Alfredo Flatbread Pizza

HRÁEFNI:
- Flatbrauð eða naan
- 1/2 bolli Alfredo sósa
- 1 bolli eldaður og rifinn kjúklingur
- 1/2 bolli niðurskorið pepperoni
- 1 bolli rifinn mozzarella ostur
- Fersk basilíkublöð til skrauts

LEIÐBEININGAR:
a) Forhitið ofninn í 400°F (200°C).
b) Setjið flatbrauð á bökunarplötu.
c) Dreifið Alfredo sósu yfir flatbrauðið.
d) Dreifið rifnum kjúklingi og söxuðum pepperoni jafnt yfir sósuna.
e) Stráið mozzarella osti yfir.
f) Bakið í 12-15 mínútur eða þar til osturinn er bráðinn og gullinn.
g) Skreytið með fersku basilíkulaufi áður en það er borið fram.

49.Örbylgjuofn pizzur

HRÁEFNI:
- 4 matskeiðar alhliða hveiti
- ⅛ teskeið lyftiduft
- 1/16 tsk matarsódi
- ⅛ teskeið salt
- 3 matskeiðar mjólk
- 1 matskeið ólífuolía
- 1 msk marinara sósa
- 1 ríkuleg matskeið af rifnum mozzarellaosti
- 5 mini pepperoni
- ½ tsk þurrkaðar ítalskar kryddjurtir

LEIÐBEININGAR:
a) Blandið hveiti, lyftidufti, matarsóda og salti saman í örbylgjuofn.
b) Bætið mjólkinni og olíunni út í og blandið svo saman.
c) Setjið marinara sósuna yfir og dreifið henni um yfirborð deigsins.
d) Stráið ostinum, pepperóníinu og þurrkuðum kryddjurtum yfir
e) Örbylgjuofn í 1 mínútu og 20 sekúndur, eða þar til það lyftist og áleggið er að freyða .

50. Pepperoni og Buffalo Chicken Pizza

HRÁEFNI:
- Pizzadeig
- 1/2 bolli buffalsósa
- 1 1/2 bollar rifinn mozzarellaostur
- 1/2 bolli sneið pepperoni
- 1/2 bolli eldaður og rifinn kjúklingur settur í buffalsósu
- Gráðostur molnar til áleggs

LEIÐBEININGAR:
a) Hitið ofninn og fletjið pizzadeigið út.
b) Dreifið buffalsósu yfir deigið.
c) Stráið mozzarella osti jafnt yfir.
d) Raðið sneiðum pepperoni og buffalo kjúklingi yfir ostinn.
e) Bakið samkvæmt leiðbeiningum um pizzudeig þar til skorpan er gullin og áleggið eldað.
f) Toppið með gráðostamolum áður en borið er fram.

51.Pizza Mac ostur

HRÁEFNI:
- 1 pakki (7-1/4 aura) makkarónur og ostur kvöldverðarblanda
- 6 bollar vatn
- 1 pund nautahakk
- 1 meðalstór laukur, saxaður
- 1 lítil græn paprika, saxuð
- 1-1/2 bollar rifinn að hluta undanrennan mozzarellaostur, skipt
- 1-1/2 bollar rifinn cheddar ostur, skipt
- 1 krukka (14 aura) pizzasósa
- 1/2 bolli sneið pepperoni

LEIÐBEININGAR:
a) Setjið ostapakkann frá kvöldmatarblöndunni til hliðar. Hitið vatn að suðu í potti. Bætið makkarónum út í; eldið í 8-10 mínútur, þar til það er mjúkt.
b) Í millitíðinni skaltu elda græna papriku, lauk og nautakjöt á stórri pönnu á miðlungshita þar til það er ekki lengur bleikt; holræsi.
c) Tæmdu makkarónur; og hrærið innihaldi ostapakkans saman við. Flyttu yfir í umferð 2-1/2-qt. bökunarrétt húðað með feiti. Stráið 1/2 bolli af cheddarosti og 1/2 bolli af mozzarellaosti yfir. Setjið pepperóní, pizzasósu, nautakjötblönduna og afganga af ostum ofan á.
d) Bakið án loks í 30-35 mínútur við 350° þar til vel hitnar.

52.Pepperoni og Miðjarðarhafspizza

HRÁEFNI:
- Pizzadeig
- 1/2 bolli hummus
- 1 1/2 bollar rifinn mozzarellaostur
- 1/2 bolli sneið pepperoni
- Kirsuberjatómatar, helmingaðir
- Kalamata ólífur, sneiddar
- Fetaostur molnar til áleggs

LEIÐBEININGAR:

a) Hitið ofninn og fletjið pizzadeigið út.
b) Dreifið hummus yfir deigið.
c) Stráið mozzarella osti jafnt yfir.
d) Raðið sneiðum pepperoni, kirsuberjatómötum og Kalamata ólífum yfir ostinn.
e) Bakið samkvæmt leiðbeiningum um pizzudeig þar til skorpan er gullin og áleggið eldað.
f) Toppið með fetaostamola áður en borið er fram.

PASTA

53. Pepperoni og pylsupasta bakað

HRÁEFNI:
- 8 aura penne pasta
- 1/2 bolli niðurskorið pepperoni
- 1/2 bolli soðin og mulin ítölsk pylsa
- 1 dós (14 oz) niðursoðnir tómatar
- 1 bolli rifinn mozzarella ostur
- 1/4 bolli rifinn parmesanostur
- 1 tsk þurrkað oregano
- 1/2 tsk hvítlauksduft
- Salt og pipar eftir smekk

LEIÐBEININGAR:
a) Eldið penne pastað samkvæmt leiðbeiningum á pakka; holræsi.
b) Forhitið ofninn í 375°F (190°C).
c) Blandið saman soðnu pasta, hægelduðum pepperoni, myldu pylsum, muldum tómötum, oregano, hvítlauksdufti, salti og pipar í stóra skál.
d) Færið blönduna yfir í eldfast mót og stráið mozzarella og parmesan ostum yfir.
e) Bakið í 20-25 mínútur eða þar til osturinn er bráðinn og freyðandi.
f) Látið kólna aðeins áður en það er borið fram.

54. Pepperoni lasagna

HRÁEFNI:
- ¾ pund nautahakk
- ¼ tsk malaður svartur pipar
- ½ pund salami, saxað
- 9 lasagna núðlur
- ½ pund pepperónipylsa, saxuð
- 4 bollar rifinn mozzarellaostur
- 1 laukur, saxaður
- 2 bollar kotasæla
- 2 (14,5 aura) dósir af soðnum tómötum
- 9 sneiðar hvítur amerískur ostur
- 16 aura tómatsósa
- rifinn parmesanostur
- 6 aura tómatmauk
- 1 tsk hvítlauksduft
- 1 tsk þurrkað oregano
- ½ tsk salt

LEIÐBEININGAR:
a) Steikið pepperóní, nautakjöt, lauk og salami í 10 mínútur. Fjarlægðu umfram olíu. Settu allt í hæga eldavélina þína á lágum hita með pipar, tómatsósu og mauki, salti, soðnum tómötum, oregano og hvítlauksdufti í 2 klukkustundir.
b) Kveiktu á ofninum á 350 gráður áður en þú heldur áfram.
c) Sjóðið lasagna í saltvatni þar til það er al dente í 10 mínútur, fjarlægðu síðan allt vatn.
d) Í bökunarforminu þínu skaltu setja létt yfirhjúp af sósu og setja síðan: ⅓ núðlur, 1 ¼ bolli mozzarella, ⅔ bolli kotasælu, amerískar ostsneiðar, 4 tsk parmesan, ⅓ kjöt. Haltu áfram þar til rétturinn er fullur.
e) Eldið í 30 mínútur.

55.Pepperoni og spergilkál Alfredo fylltar skeljar

HRÁEFNI:
- 1 kassi jumbo pastaskeljar, soðnar samkvæmt leiðbeiningum á pakka
- 1/2 bolli niðurskorið pepperoni
- 2 bollar soðið og saxað spergilkál
- 2 bollar Alfredo sósa
- 1 bolli rifinn mozzarella ostur
- 1/4 bolli rifinn parmesanostur
- Fersk steinselja til skrauts

LEIÐBEININGAR:
a) Forhitið ofninn í 375°F (190°C).
b) Blandið saman í skál hægelduðum pepperoni, söxuðu spergilkáli og 1 bolla af Alfredo sósu.
c) Fylltu hverja soðna pastaskel með blöndunni.
d) Setjið fylltu skeljarnar í eldfast mót og hyljið með Alfredo sósunni sem eftir er.
e) Stráið mozzarella og parmesan ostum yfir.
f) Bakið í 25-30 mínútur eða þar til skeljarnar eru orðnar í gegn og osturinn bráðinn.
g) Skreytið með ferskri steinselju áður en það er borið fram.

56.Pepperoni og Ricotta fylltar skeljar

HRÁEFNI:
- 1 kassi jumbo pastaskeljar, soðnar samkvæmt leiðbeiningum á pakka
- 1/2 bolli niðurskorið pepperoni
- 1 bolli ricotta ostur
- 1 bolli rifinn mozzarella ostur
- 1 egg
- 2 bollar marinara sósa
- Fersk steinselja til skrauts

LEIÐBEININGAR:
a) Forhitið ofninn í 375°F (190°C).
b) Blandið saman í skál hægelduðum pepperoni, ricotta osti, mozzarella osti og eggi.
c) Fylltu hverja soðna pastaskel með blöndunni.
d) Setjið fylltu skeljarnar í eldfast mót og hyljið með marinara sósu.
e) Bakið í 25-30 mínútur eða þar til skeljarnar eru orðnar í gegn.
f) Skreytið með ferskri steinselju áður en það er borið fram.

57.Ostur Pepperoni bakaður Rigatoni

HRÁEFNI:

- 16 oz rigatoni pasta
- 1 matskeið ólífuolía
- 1 lítill laukur, smátt saxaður
- 2 hvítlauksgeirar, saxaðir
- 24 oz marinara sósa
- ½ tsk þurrkað oregano
- ½ tsk þurrkuð basil
- Salt og pipar eftir smekk
- 2 bollar rifinn mozzarella ostur
- 1 bolli rifinn parmesanostur
- 40 sneiðar af pepperoni
- Fersk steinselja til skrauts, saxuð

LEIÐBEININGAR:

a) Eldið rigatoni pastað samkvæmt leiðbeiningum á pakka þar til það er al dente.
b) Tæmið og setjið til hliðar.

UNDIRBÚÐU SÓSUNA:

c) Hitið ólífuolíuna yfir miðlungshita í stórri pönnu.
d) Bætið söxuðum lauk og hvítlauk út í og steikið þar til hann er hálfgagnsær.
e) Hrærið marinara sósunni, þurrkuðu oregano, þurrkuðu basilíku, salti og pipar saman við.
f) Látið malla í nokkrar mínútur, takið síðan af hitanum.

SAMLAÐU OG BAKAÐU:

g) Forhitaðu ofninn þinn í 375°F (190°C).
h) Blandið saman soðnu rigatoni pastanu og helmingnum af rifnum mozzarella og parmesanosti í stórri blöndunarskál.
i) Bætið tilbúnu tómatsósunni út í og blandið þar til pastað er vel húðað.
j) Í smurt 9x13 tommu eldfast mót, dreifið litlu magni af pastablöndunni á botninn.
k) Leggið lag af pepperoni sneiðum ofan á.
l) Haltu áfram með annað lag af pastablöndunni og síðan lag af pepperoni.

m) Endurtakið lögin þar til allt hráefnið er notað, endið með lagi af pepperoni ofan á.

n) Stráið afganginum af rifnum mozzarella og parmesanosti yfir efsta lagið af pepperoni.

o) Hyljið bökunarformið með álpappír og bakið í um 20 mínútur.

p) Fjarlægðu álpappírinn og bakaðu í 10 mínútur til viðbótar eða þar til osturinn er bráðinn og freyðandi.

q) Ef þú vilt geturðu steikt réttinn í eina eða tvær mínútur til að osturinn verði gylltur og stökkur ofan á.

r) Þegar búið er að taka það úr ofninum, skreytið með ferskri steinselju og berið fram heitt á einstaka diska.

58.Pepperoni og tómatar Penne Pasta

HRÁEFNI:
- 8 oz penne pasta
- 1/2 bolli niðurskorið pepperoni
- 1/2 bolli kirsuberjatómatar, helmingaðir
- 2 hvítlauksgeirar, saxaðir
- 1/4 tsk rauð piparflögur (valfrjálst)
- 1/4 bolli rifinn parmesanostur
- Fersk basilíkublöð til skrauts
- Ólífuolía
- Salt og svartur pipar eftir smekk

LEIÐBEININGAR:
a) Eldið penne pastað samkvæmt leiðbeiningum á pakka. Tæmið og setjið til hliðar.
b) Hitið ólífuolíu yfir miðlungshita á pönnu. Bætið við hakkaðri hvítlauk og hakkað pepperoni. Steikið þar til pepperóníið er aðeins stökkt.
c) Bætið við kirsuberjatómötum og eldið þar til þeir byrja að mýkjast.
d) Hellið soðnu penne pastanu, rauðum piparflögum (ef það er notað) og rifnum parmesanosti út í. Blandið þar til það hefur blandast vel saman.
e) Kryddið með salti og svörtum pipar eftir smekk.
f) Skreytið með fersku basilíkulaufi áður en það er borið fram.

59.Pepperoni og spergilkál Alfredo Linguine

HRÁEFNI:
- 8 oz linguine pasta
- 1/2 bolli niðurskorið pepperoni
- 1 bolli spergilkál
- 1 bolli Alfredo sósa
- 1/4 bolli rifinn Pecorino Romano ostur
- Salt og svartur pipar eftir smekk
- Fersk steinselja til skrauts

LEIÐBEININGAR:

a) Eldið linguine pastað samkvæmt leiðbeiningum á pakka. Bætið spergilkálinu út í sjóðandi vatnið á síðustu 3 mínútum eldunar. Tæmið og setjið til hliðar.

b) Hitið Alfredo sósu yfir miðlungshita á pönnu. Bætið í hægelduðum pepperoni og sjóðið í nokkrar mínútur þar til það er hitað í gegn.

c) Hellið soðnu linguine og spergilkáli út í. Blandið þar til vel húðað með Alfredo sósunni.

d) Stráið rifnum Pecorino Romano osti yfir pastað og blandið saman.

e) Kryddið með salti og svörtum pipar eftir smekk.

f) Skreytið með ferskri steinselju áður en það er borið fram.

60. Pepperoni og spínat Rigatoni með Marinara

HRÁEFNI:
- 8 oz rigatoni pasta
- 1/2 bolli niðurskorið pepperoni
- 2 bollar barnaspínat
- 2 bollar marinara sósa
- 1/4 bolli rifinn parmesanostur
- Myldar rauðar piparflögur (valfrjálst)
- Ólífuolía
- Salt og svartur pipar eftir smekk

LEIÐBEININGAR:
a) Eldið rigatoni pastað samkvæmt leiðbeiningum á pakka. Tæmið og setjið til hliðar.
b) Hitið ólífuolíu yfir miðlungshita á pönnu. Bætið í hægelduðum pepperoni og steikið þar til það er aðeins stökkt.
c) Bætið barnaspínati á pönnuna og eldið þar til það er visnað.
d) Hellið marinara sósunni út í og látið suðuna koma upp.
e) Hellið soðnu rigatoni út í og blandið þar til sósunni er vel húðað.
f) Kryddið með salti og svörtum pipar eftir smekk. Bætið við muldum rauðum piparflögum í smá hita ef vill.
g) Stráið rifnum parmesanosti yfir pastað áður en það er borið fram.

61. Pepperoni og sveppa spaghetti Aglio e Olio

HRÁEFNI:
- 8 oz spaghetti
- 1/2 bolli niðurskorið pepperoni
- 1 bolli sneiddir sveppir
- 4 hvítlauksgeirar, þunnar sneiðar
- 1/4 tsk rauð piparflögur (valfrjálst)
- 1/4 bolli söxuð fersk steinselja
- Ólífuolía
- Salt og svartur pipar eftir smekk

LEIÐBEININGAR:

a) Eldið spaghettíið samkvæmt leiðbeiningum á pakka. Tæmið og setjið til hliðar.

b) Hitið ólífuolíu yfir meðalhita í stórri pönnu. Bætið sneiðum hvítlauk út í og eldið þar til hann er gullinn.

c) Bætið sneiðum pepperoni og sneiðum sveppum á pönnuna. Steikið þar til sveppirnir eru mjúkir.

d) Hellið soðnu spagettíinu, rauðum piparflögum (ef það er notað) og saxaðri ferskri steinselju út í. Blandið þar til það er vel húðað með hvítlauksolíu.

e) Kryddið með salti og svörtum pipar eftir smekk.

f) Berið fram heitt.

62. Pepperoni og sólþurrkaðir tómatar Pesto Cavatappi

HRÁEFNI:
- 8 oz cavatappi pasta
- 1/2 bolli niðurskorið pepperoni
- 1/3 bolli sólþurrkað tómatpestó
- 1/2 bolli kirsuberjatómatar, helmingaðir
- 1/4 bolli sneiðar svartar ólífur
- 1/4 bolli mulinn fetaostur
- Fersk basilíkublöð til skrauts
- Ólífuolía
- Salt og svartur pipar eftir smekk

LEIÐBEININGAR:
a) Eldið cavatappipasta samkvæmt leiðbeiningum á pakka. Tæmið og setjið til hliðar.
b) Hitið ólífuolíu yfir miðlungshita á pönnu. Bætið í hægelduðum pepperoni og steikið þar til það er aðeins stökkt.
c) Bætið sólþurrkuðum tómötum pestói á pönnuna og hrærið saman.
d) Hellið soðnum cavatappi, kirsuberjatómötum, sneiðum svörtum ólífum og muldum fetaosti út í. Blandið þar til vel húðað með pestóinu.
e) Kryddið með salti og svörtum pipar eftir smekk.
f) Skreytið með fersku basilíkulaufi áður en það er borið fram.

63. Pepperoni og kúrbít núðla hrært

HRÁEFNI:
- 8 oz kúrbítsnúðlur
- 1/2 bolli niðurskorið pepperoni
- 1 bolli spergilkál
- 1/2 bolli niðurskorin paprika (miks litir)
- 2 matskeiðar sojasósa
- 1 msk ostrusósa
- 1 matskeið sesamolía
- 1 tsk hakkað engifer
- Sesamfræ til skrauts
- Grænn laukur, sneiddur, til skrauts

LEIÐBEININGAR:
a) Í wok eða stórri pönnu, hitið sesamolíu yfir meðalháan hita. Bætið í hægelduðum pepperoni og hrærið þar til það er aðeins stökkt.
b) Bætið spergilkáli og niðurskornum papriku í wokið. Hrærið í 3-4 mínútur þar til grænmetið er mjúkt-stökkt.
c) Hellið kúrbítsnúðlum og hakkað engifer út í. Hrærið í 2-3 mínútur til viðbótar.
d) Blandið saman sojasósu og ostrusósu í lítilli skál. Hellið sósunni yfir núðlurnar og grænmetið og hrærið saman.
e) Skreytið með sesamfræjum og sneiðum grænum lauk áður en borið er fram.

64.Pepperoni og brennt rauð pipar Fettuccine

HRÁEFNI:
- 8 oz fettuccine pasta
- 1/2 bolli niðurskorið pepperoni
- 1/2 bolli ristuð rauð paprika, skorin í sneiðar
- 1 bolli Alfredo sósa
- 1/4 bolli rifinn parmesanostur
- Fersk steinselja til skrauts
- Ólífuolía
- Salt og svartur pipar eftir smekk

LEIÐBEININGAR:

a) Eldið fettuccine pastað samkvæmt leiðbeiningum á pakka. Tæmið og setjið til hliðar.

b) Hitið ólífuolíu yfir miðlungshita á pönnu. Bætið í hægelduðum pepperoni og steikið þar til það er aðeins stökkt.

c) Bætið ristuðum rauðum paprikum á pönnuna og eldið í 2 mínútur til viðbótar.

d) Hellið Alfredo sósunni út í og látið suðuna koma upp.

e) Hellið soðnu fettuccine og rifnum parmesanosti út í. Blandið þar til vel húðað með Alfredo sósunni.

f) Kryddið með salti og svörtum pipar eftir smekk.

g) Skreytið með ferskri steinselju áður en það er borið fram.

65.Pepperoni og Aspas Sítrónu Spaghetti

HRÁEFNI:
- 8 oz spaghetti
- 1/2 bolli niðurskorið pepperoni
- 1 búnt aspas, snyrtur og skorinn í hæfilega stóra bita
- Börkur og safi úr 1 sítrónu
- 2 matskeiðar ólífuolía
- 1/4 bolli rifinn Pecorino Romano ostur
- Fersk timjanblöð til skrauts
- Salt og svartur pipar eftir smekk

LEIÐBEININGAR:

a) Eldið spaghettíið samkvæmt leiðbeiningum á pakka. Tæmið og setjið til hliðar.

b) Hitið ólífuolíu yfir meðalhita í stórri pönnu. Bætið í hægelduðum pepperoni og steikið þar til það er aðeins stökkt.

c) Bætið aspasbitum á pönnuna og eldið þar til þeir eru mjúkir-stökkir.

d) Hellið soðnu spagettíinu, sítrónuberki og sítrónusafa út í. Blandið þar til það hefur blandast vel saman.

e) Stráið rifnum Pecorino Romano osti yfir pastað og blandið saman.

f) Kryddið með salti og svörtum pipar eftir smekk.

AÐALRÉTTUR

66. Pepperoni og sólþurrkaðir tómatar Pestó Flatbrauð

HRÁEFNI:
- Flatbrauð eða pizzaskorpa
- 1/2 bolli sólþurrkað tómatpestó
- 1 bolli sneið pepperoni
- 1/2 bolli sneiðar svartar ólífur
- 1 1/2 bollar rifinn mozzarellaostur
- Fersk basilíkublöð til skrauts

LEIÐBEININGAR:
a) Forhitið ofninn samkvæmt leiðbeiningum um flatbrauð eða pizzuskorpu.
b) Dreifið sólþurrkuðu tómatpestói yfir flatbrauðið.
c) Dreifið sneiðum pepperoni og svörtum ólífum jafnt ofan á.
d) Stráið mozzarella osti yfir áleggið.
e) Bakið samkvæmt leiðbeiningum um flatbrauð eða pizzuskorpu þar til osturinn er bráðinn og freyðandi.
f) Skreytið með fersku basilíkulaufi áður en það er borið fram.

67. Carbquik pizzupott

HRÁEFNI:
FYRIR KÁTTANNA:
- 2 bollar Carbquik
- ½ tsk ítalskt krydd (eða þurrkuð basil og oregano)
- ¼ tsk hvítlauksduft
- ¼ tsk laukduft
- ¼ teskeið salt
- ¼ tsk svartur pipar
- 2 stór egg
- ½ bolli ósykrað möndlumjólk eða kókosmjólk
- ¼ bolli ólífuolía
- ½ bolli rifinn parmesanostur

FYRIR áleggið:
- 1 bolli sykurlaus pizzasósa eða marinara sósa
- 2 bollar rifinn mozzarella ostur
- ½ bolli sneið pepperoni

LEIÐBEININGAR:

a) Forhitaðu ofninn þinn í 375°F (190°C). Smyrjið 9x13 tommu eldfast mót með matarolíu eða smjöri.

b) Í blöndunarskál, þeytið saman Carbquik, ítalskt krydd, hvítlauksduft, laukduft, salt og svartan pipar.

c) Þeytið egg, möndlumjólk eða kókosmjólk og ólífuolíu saman í sérstakri skál þar til þau eru vel sameinuð.

d) Hellið blautu eggjablöndunni í þurru Carbquik blönduna og hrærið þar til þykkt deig myndast.

e) Þrýstið deiginu jafnt í botninn á smurðu bökunarforminu til að mynda skorpulagið.

f) Stráið rifnum parmesanosti jafnt yfir deigið.

g) Dreifið sykurlausu pizzusósunni eða marinara sósunni yfir parmesan ostinn.

h) Stráið rifnum mozzarellaosti jafnt yfir sósuna.

i) Bætið pepperoni jafnt yfir ostinn.

j) Bakið í forhituðum ofni í um 20-25 mínútur, eða þar til skorpan er orðin gullin og osturinn er freyðandi og aðeins brúnaður.

k) Þegar það er tilbúið skaltu taka pottinn úr ofninum og láta hann kólna aðeins áður en hann er skorinn í sneiðar og borinn fram.

l) Njóttu Carbquik pizzupottarins þíns sem lágkolvetnavalkostar við hefðbundna pizzu.

68.Pepperoni kjúklingur

HRÁEFNI:
- 4 meðalstórar kjúklingabringur; húðlaus og beinlaus
- 14 únsur. tómatpúrra
- 1 msk. ólífuolía
- 1 tsk. óreganó; þurrkað
- 6 únsur. mozzarella; sneið
- 1 tsk. hvítlauksduft
- 2 únsur. pepperóní; sneið
- Salt og svartur pipar eftir smekk

LEIÐBEININGAR:

a) Blandið kjúklingnum saman við salti, pipar, hvítlauksdufti og oregano í skál og blandið saman.

b) Settu kjúklinginn í loftsteikingarvélina þína, eldaðu við 350 °F í 6 mínútur og færðu yfir á pönnu sem passar við loftsteikingarvélina þína.

c) Bætið mozzarella sneiðum ofan á, dreifið tómatmauki yfir, toppið með pepperoni sneiðum, setjið í loftsteikingarvélina og eldið við 350 °F, í 15 mínútur í viðbót. Skiptið á diska og berið fram.

69. Pepperoni og Sveppir Calzone

HRÁEFNI:
- Pizzadeig
- 1/2 bolli pizzasósa
- 1 bolli sneiddir sveppir
- 1/2 bolli niðurskorið pepperoni
- 1 1/2 bollar rifinn mozzarellaostur
- 1 matskeið ólífuolía
- Þurrkað oregano til skrauts

LEIÐBEININGAR:
a) Forhitið ofninn í 425°F (220°C).
b) Fletjið út pizzadeig á hveitistráðu yfirborði.
c) Dreifið pizzusósu yfir helming deigsins og skiljið eftir kant í kringum brúnirnar.
d) Setjið sneiða sveppi og niðurskorið pepperoni yfir sósuna og stráið síðan mozzarellaosti yfir.
e) Brjótið hinn helminginn af deiginu yfir áleggið og krumpið brúnirnar til að loka.
f) Penslið toppinn með ólífuolíu og stráið þurrkuðu oregano yfir.
g) Bakið í 15-20 mínútur eða þar til calzone er gullið og osturinn bráðinn.
h) Látið kólna aðeins áður en það er skorið í sneiðar og borið fram.

70.Pepperoni og spínat fylltar kjúklingabringur

HRÁEFNI:
- 4 beinlausar, roðlausar kjúklingabringur
- 1/2 bolli niðurskorið pepperoni
- 1 bolli saxað ferskt spínat
- 1 bolli rifinn mozzarella ostur
- 2 matskeiðar ólífuolía
- Salt og pipar eftir smekk

LEIÐBEININGAR:
a) Forhitið ofninn í 375°F (190°C).
b) Fiðrildi hverja kjúklingabringu.
c) Blandið saman í skál skorið pepperoni, saxað spínat og mozzarella ost.
d) Fylltu hverja kjúklingabringu með pepperóní- og spínatblöndunni.
e) Festið með tannstönglum ef þarf.
f) Kryddið fylltu kjúklingabringurnar með salti og pipar.
g) Hitið ólífuolíu í ofnþolinni pönnu yfir meðalháum hita.
h) Brúnið kjúklinginn á báðum hliðum og setjið síðan pönnuna yfir í ofninn.
i) Bakið í 20-25 mínútur eða þar til kjúklingurinn er eldaður í gegn.
j) Látið hvíla áður en borið er fram.

71. Pizzasúpa með hvítlauksristuðu brauðteningum

HRÁEFNI:
- 1 dós (28 aura) sneiddir tómatar, tæmdir
- 1 dós (15 aura) pizzasósa
- 1 pund beinlausar roðlausar kjúklingabringur, skornar í 1 tommu bita
- 1 pakki (3 aura) sneið pepperoni, helmingaður
- 1 bolli ferskir sveppir í sneiðum
- 1 lítill laukur, saxaður
- 1/2 bolli saxaður grænn pipar
- 1/4 tsk pipar
- 2 dósir (14-1/2 aura hver) kjúklingasoð
- 1 pakki (11-1/4 únsur) frosinn hvítlaukur Texas ristað brauð
- 1 pakki (10 únsur) frosið hakkað spínat, þíðað og kreist þurrt
- 1 bolli rifinn mozzarellaostur að hluta

LEIÐBEININGAR:
a) Blandið fyrstu 9 hráefnunum í 6-qt. hægur eldavél. Eldið á lágu þaki í 6-8 mínútur þar til kjúklingurinn er mjúkur.
b) Brautongur: Skerið Texas ristað brauð í teninga. Bakið eftir leiðbeiningum á pakka.
c) Setjið spínat í súpuna og hitið í gegn og blandið öðru hverju saman.
d) Setjið heita brauðteninga og ost ofan á skammtana. Frysting: Í frystiílátum, fryst kæld súpa. Notkun: í ísskáp, þíða að hluta yfir nótt. Hitið í potti, hrærið stundum saman. Undirbúið brauðteningum samkvæmt leiðbeiningum. Setjið brauðtengur og ost yfir súpuna.

72.Pepperoni og maísmjöl-skorpu calamari

HRÁEFNI:
- 1 pund calamari hringir, hreinsaðir og þiðnaðir ef þeir eru frosnir
- 1/2 bolli fínmalað maísmjöl
- 1/2 bolli alhliða hveiti
- 1 tsk reykt paprika
- Salt og pipar eftir smekk
- 1 bolli sneið pepperoni
- Marinara sósa til ídýfingar

LEIÐBEININGAR:
a) Blandið saman maísmjöli, hveiti, reyktri papriku, salti og pipar í skál.
b) Dýptu hvern calamari hring í maísmjölsblöndunni.
c) Hitið olíu á pönnu við meðalháan hita.
d) Steikið calamari hringina þar til þeir eru gullinbrúnir og stökkir.
e) Á síðustu mínútu steikingar, bætið sneiðum pepperoni á pönnuna.
f) Tæmið á pappírshandklæði og berið fram með marinara sósu til að dýfa í.

73. Grillið calzones

HRÁEFNI:
- 2 msk. Smjörlíki eða smjör, mildað
- 8 sneiðar Hvítt samlokubrauð
- 1/2 bolli pizzasósa
- 2 bollar rifinn Monterey Jack ostur
- 12 þunnar sneiðar salami eða pepperoni
- Pizzasósa, ef vill

LEIÐBEININGAR:

a) Hitið kol eða gasgrill. Smjörlíki er dreift á 1 hlið af 2 brauðsneiðum. Setjið 1 bita með smjörlíki út á grillið

b) Setjið 2 matskeiðar af pizzasósunni á mitt brauð. Stráið 1/2 bolla af ostinum yfir; efri með 3 hluta af salami.

c) Toppið með öðrum brauðhluta, smjörlíki út. Lokaðu stutt; skera niður umfram brauð ef þarf.

d) Grill 4 til 6 tommur frá miðlungs hita 8 til 10 mínútur, snúið einu sinni, þar til brauðið er gullbrúnt og osturinn er bráðinn. endurtaka með restinni af innihaldsefnum.

e) Berið fram heitt með pizzasósu

74. Pepperoni Kjötbollur

HRÁEFNI:
- 2 pund malaður kjúklingur
- 1 tsk salt eða eftir smekk
- 2 egg, þeytt
- 1 tsk pipar eða eftir smekk
- ½ pund pepperoni sneiðar, söxaðar
- Heit sósa eftir smekk (valfrjálst)

LEIÐBEININGAR:
a) Blandið kjúklingi, salti, eggjum, pipar og pepperoni saman í skál.

b) Undirbúðu bökunarplötu með því að klæðast bökunarpappír og forhitaðu ofninn þinn í 350 ° F.

c) Búið til 16 kúlur úr blöndunni og leggið þær á ofnplötu.

d) Bakið kjötbollurnar í um 20-30 mínútur eða þar til þær eru brúnar og eldaðar. Kastið kúlunum tvisvar á meðan þær eru bakaðar, svo þær eldist vel. Eða þú getur jafnvel eldað kúlurnar á pönnu.

75.Pepperoni og grænmetisfyllt papriku

HRÁEFNI:
- Paprika, helminguð og hreinsuð
- 1 bolli soðin hrísgrjón
- 1/2 bolli niðurskorið pepperoni
- 1/2 bolli niðurskornir tómatar
- 1/2 bolli kúrbít í teningum
- 1/2 bolli rifinn mozzarellaostur
- 1 tsk ítalskt krydd
- Salt og pipar eftir smekk

LEIÐBEININGAR:
a) Forhitið ofninn í 375°F (190°C).
b) Í skál, blandið saman soðnum hrísgrjónum, hægelduðum pepperoni, hægelduðum tómötum, hægelduðum kúrbít, mozzarellaosti, ítölsku kryddi, salti og pipar.
c) Fylltu hverja papriku helming með blöndunni.
d) Setjið fyllta papriku í eldfast mót og hyljið með álpappír.
e) Bakið í 25-30 mínútur eða þar til paprikurnar eru mjúkar.
f) Berið fram heitt.

76.Pepperoni og grænmetis Stromboli

HRÁEFNI:
- Pizzadeig
- 1/2 bolli pizzasósa
- 1 bolli papriku í sneiðum (ýmsir litir)
- 1/2 bolli niðurskorinn rauðlaukur
- 1/2 bolli sneiðar svartar ólífur
- 1/2 bolli niðurskorið pepperoni
- 1 1/2 bollar rifinn mozzarellaostur
- Ólífuolía til að bursta

LEIÐBEININGAR:
a) Forhitið ofninn í 425°F (220°C).
b) Fletjið út pizzadeig á hveitistráðu yfirborði.
c) Dreifið pizzusósu yfir deigið og skiljið eftir kant í kringum brúnirnar.
d) Leggðu papriku, rauðlauk, svartar ólífur, niðurskorið pepperoni og mozzarella ost yfir sósuna.
e) Rúllaðu deiginu þétt til að mynda bálka og leggðu það með saumhliðinni niður á bökunarplötu.
f) Penslið toppinn með ólífuolíu.
g) Bakið í 20-25 mínútur eða þar til þær eru gullinbrúnar.
h) Látið kólna aðeins áður en það er skorið í sneiðar.

77. Pepperoni og Pesto Tortellini bakað

HRÁEFNI:
- 1 pund ostur tortellini, soðin samkvæmt leiðbeiningum á pakka
- 1/2 bolli niðurskorið pepperoni
- 1 bolli kirsuberjatómatar, helmingaðir
- 1/2 bolli pestósósa
- 1 bolli rifinn mozzarella ostur
- 1/4 bolli rifinn parmesanostur
- Fersk basilíka til skrauts

LEIÐBEININGAR:
a) Forhitið ofninn í 375°F (190°C).
b) Blandaðu saman soðnu tortellini, hægelduðum pepperoni, kirsuberjatómötum og pestósósu í stórri skál.
c) Færið blönduna yfir í eldfast mót.
d) Stráið mozzarella og parmesan ostum yfir.
e) Bakið í 20-25 mínútur eða þar til osturinn er bráðinn og freyðandi.
f) Skreytið með ferskri basil áður en borið er fram.

SÚPUR

78. Pepperoni Pizza Chowder

HRÁEFNI:
- 8 únsur. Pepperoni, skorið í teninga
- 5 únsur. Sveppir, ferskir, sneiddir
- 28 únsur. Tómatar, niðursoðnir, sneiddir, tæmdir
- 3 únsur. Nautakjötsgrunnur
- 1 ea. Rjómasúpubotn, 25,22 oz. poki, tilbúinn
- 0,05 únsur. Oregano, ferskt, hakkað
- 1 tsk. Hvítur pipar, malaður
- 16 únsur. Mozzarella ostur, rifinn

LEIÐBEININGAR:
a) Í stórum potti, við meðalhita, steikið pepperoni í 3-5 mínútur. Bætið við sveppum og tómötum, eldið í 5 mínútur í viðbót. Bætið nautabotni saman við, hrærið vel saman. Bætið við rjómasúpubotni, oregano og hvítum pipar, blandið vel saman og hitið í gegn. Hrærið mozzarella osti út í og hitið þar til hann bráðnar. Geymdu heitt.

b) Á disk: Berið fram 10,0 fl. oz. af pepperoni kæfu í skál.

79.Steiktur kalkúnn chili með Pepperoni

HRÁEFNI:

- 1 matskeið ólífuolía (extra virgin)
- 1 meðalstór laukur, skorinn í bita
- Pepperoni, saxað
- 1 pund kalkúnn sem er 99 prósent magur
- 2 dósir (15 oz.) þvegnar og tæmdar svartar baunir
- 2 dósir (15 oz.) þvegnar og tæmdar nýrnabaunir
- 2 dósir (15 oz.) af tómatsósu
- 2 dósir (15 oz.) af litlum hægelduðum tómötum
- 1 krukka (16 oz.) saxuð tam jalapeno paprika, tæmd
- 1 bolli frosinn maís
- 2 matskeiðar chiliduft
- 1 matskeið af kúmeni
- Salt eftir smekk
- Klípa svartan pipar

LEIÐBEININGAR:

a) Hitið olíuna á pönnu við meðalhita.
b) Bætið kalkúnnum á pönnuna og steikið þar til hann er brúnaður.
c) Hellið kalkúnnum í hæga eldavélina.
d) Bætið við lauk, pepperoni, tómatsósu, hægelduðum tómötum, baunum, jalapenos, maís, chilidufti og kúmeni. Hrærið og kryddið með salti og pipar.
e) Lokið og eldið á háu í 4 klukkustundir eða á lágu í 6 klukkustundir.

80.Pepperoni ostasúpa

HRÁEFNI:
- 1 pint vínberutómatar
- 2 matskeiðar ólífuolía, skipt
- 1/2 tsk þurrkað oregano
- 1/2 tsk pipar, skipt
- 3/4 bolli saxaður sætur laukur
- 3/4 bolli saxaðar gulrætur
- 3/4 bolli saxaður grænn pipar
- 1 öskju (32 aura) lágt natríum kjúklingasoð
- 1-1/4 bollar skrældar kartöflur í teningum
- 3 bollar rifinn mozzarellaostur að hluta, skipt
- 2 bollar rifinn hvítur cheddar ostur
- 1 pakki (8 aura) rjómaostur, í teningum
- 1 bolli nýmjólk
- 2 tsk pizza eða ítalskt krydd
- 1/4 tsk muldar rauðar piparflögur
- 2 pakkar (einn 8 aura, einn 3-1/2 aura) sneið pepperoni, hakkað, skipt

LEIÐBEININGAR:
a) Smyrjið 15x10x1 tommu bökunarform og setjið tómata á, dreifið þeim með 1/4 tsk. pipar, oregano og 1 msk. olíu og blandið varlega. Bakið þar til það er mjúkt eða í 10-15 mínútur við 400 gráður, setjið síðan til hliðar.

b) Notaðu olíuna sem eftir er til að steikja laukinn í hollenskum ofni þar til hann er mjúkur. Bætið restinni af piparnum, grænum pipar og gulrótum út í og steikið síðan í 4 mínútur í viðbót.

c) Bætið kartöflum og seyði út í og látið sjóða. Lækkið hitann og eldið súpuna undir loki þar til kartöflurnar mýkjast, eða í 10-15 mínútur, látið síðan kólna aðeins.

d) Vinnið súpuna í lotum með blandara þar til hún er slétt, setjið hana síðan aftur á pönnuna og hitið hana alveg. Hrærið piparflögur, pizzakrydd, mjólk, rjómaosti, cheddarosti og 2 bolla af mozzarellaosti saman við þar til allir ostarnir bráðna.

e) Bætið tómötunum og 1 1/3 bolli pepperoni út í, látið hitna í gegn. Berið súpuna fram með því sem er eftir af pepperoni og mozzarella osti.

81.Pepperoni og tómatsúpa

HRÁEFNI:
- 2 matskeiðar ólífuolía
- 1 bolli hægeldaður laukur
- 1 bolli sneið sellerí
- 1 bolli niðurskorin gulrót
- 2 hvítlauksgeirar, saxaðir
- 1/2 bolli niðurskorið pepperoni
- 1 dós (28 oz) niðursoðnir tómatar
- 4 bollar kjúklinga- eða grænmetissoð
- 1 tsk þurrkuð basil
- Salt og pipar eftir smekk
- 1/2 bolli lítið pasta (valfrjálst)

LEIÐBEININGAR:
a) Hitið ólífuolíu yfir meðalhita í stórum potti. Bætið við lauk, sellerí og gulrót. Eldið þar til grænmetið er mjúkt.
b) Bætið við hakkaðri hvítlauk og hakkað pepperoni. Eldið í 2 mínútur til viðbótar.
c) Hellið söxuðum tómötum og soði út í. Látið suðuna koma upp.
d) Hrærið þurrkaðri basil, salti og pipar saman við. Bætið pasta við ef vill.
e) Látið malla í 15-20 mínútur þar til bragðið blandast saman og grænmetið er mjúkt.
f) Berið fram heitt.

82.Pepperoni og baunasúpa

HRÁEFNI:
- 2 matskeiðar ólífuolía
- 1 bolli hægeldaður laukur
- 2 hvítlauksgeirar, saxaðir
- 1/2 bolli niðurskorið pepperoni
- 2 dósir (15 oz hver) cannellini baunir, tæmdar og skolaðar
- 4 bollar kjúklinga- eða grænmetissoð
- 1 tsk þurrkað oregano
- Salt og pipar eftir smekk
- Fersk steinselja til skrauts

LEIÐBEININGAR:
a) Hitið ólífuolíu yfir meðalhita í súpupotti. Bætið lauknum út í og eldið þar til hann er mjúkur.
b) Bætið við hakkaðri hvítlauk og hakkað pepperoni. Eldið í 2 mínútur til viðbótar.
c) Hrærið cannellini baunum, seyði, þurrkuðu oregano, salti og pipar saman við.
d) Látið suðuna koma upp og eldið í 15-20 mínútur.
e) Skreytið með ferskri steinselju áður en það er borið fram.

83. Pepperoni og kartöflukæfa

HRÁEFNI:
- 3 matskeiðar smjör
- 1 bolli hægeldaður laukur
- 2 hvítlauksgeirar, saxaðir
- 1/2 bolli niðurskorið pepperoni
- 4 bollar kartöflur í teningum
- 4 bollar kjúklinga- eða grænmetissoð
- 1 bolli mjólk
- 1 bolli rifinn cheddar ostur
- Salt og pipar eftir smekk
- Saxaður grænn laukur til skrauts

LEIÐBEININGAR:
a) Bræðið smjör í stórum potti við meðalhita. Bætið lauknum út í og eldið þar til hann er hálfgagnsær.
b) Bætið við hakkaðri hvítlauk og hakkað pepperoni. Eldið í 2 mínútur til viðbótar.
c) Bætið niðurskornum kartöflum og soði. Látið suðuna koma upp, lækkið síðan hitann og látið malla þar til kartöflurnar eru orðnar meyrar.
d) Hrærið mjólk, rifnum cheddar osti, salti og pipar saman við. Eldið þar til osturinn er bráðinn.
e) Skreytið með söxuðum grænum lauk áður en hann er borinn fram.

84.Pepperoni og linsubaunasúpa

HRÁEFNI:
- 2 matskeiðar ólífuolía
- 1 bolli hægeldaður laukur
- 2 hvítlauksgeirar, saxaðir
- 1/2 bolli niðurskorið pepperoni
- 1 bolli þurrkaðar linsubaunir, skolaðar og skolaðar
- 8 bollar kjúklinga- eða grænmetissoð
- 1 tsk malað kúmen
- 1/2 tsk reykt paprika
- Salt og pipar eftir smekk
- Ferskir sítrónubátar til framreiðslu

LEIÐBEININGAR:
a) Hitið ólífuolíu yfir meðalhita í stórum súpupotti. Bætið lauknum út í og eldið þar til hann er mjúkur.
b) Bætið við hakkaðri hvítlauk og hakkað pepperoni. Eldið í 2 mínútur til viðbótar.
c) Hrærið þurrkaðar linsubaunir, seyði, möluðu kúmeni, reyktri papriku, salti og pipar saman við.
d) Látið suðuna koma upp, lækkið síðan hitann og látið malla þar til linsurnar eru mjúkar.
e) Berið fram heitt með ferskum sítrónubátum.

85.Pepperoni og sveppabyggsúpa

HRÁEFNI:

- 2 matskeiðar ólífuolía
- 1 bolli hægeldaður laukur
- 1 bolli sneið sellerí
- 1 bolli niðurskorin gulrót
- 2 hvítlauksgeirar, saxaðir
- 1/2 bolli niðurskorið pepperoni
- 8 oz sveppir, sneiddir
- 1 bolli perlubygg, skolað
- 8 bollar nauta- eða grænmetissoð
- 1 tsk þurrkað timjan
- Salt og pipar eftir smekk

LEIÐBEININGAR:

a) Hitið ólífuolíu yfir meðalhita í stórum potti. Bætið við lauk, sellerí, gulrót og hvítlauk. Eldið þar til grænmetið er mjúkt.
b) Bætið í sneiðum pepperoni og sneiðum sveppum. Eldið í 3-5 mínútur til viðbótar.
c) Hrærið saman perlubyggi, seyði, þurrkuðu timjani, salti og pipar. Látið suðuna koma upp.
d) Látið malla í um 40-45 mínútur eða þar til byggið er meyrt.
e) Berið fram heitt.

86.Pepperoni og hvítbauna Escarole súpa

HRÁEFNI:
- 2 matskeiðar ólífuolía
- 1 bolli hægeldaður laukur
- 2 hvítlauksgeirar, saxaðir
- 1/2 bolli niðurskorið pepperoni
- 1 búnt escarole, saxað
- 2 dósir (15 oz hver) cannellini baunir, tæmdar og skolaðar
- 8 bollar kjúklinga- eða grænmetissoð
- 1 tsk þurrkað rósmarín
- Salt og pipar eftir smekk

LEIÐBEININGAR:
a) Hitið ólífuolíu yfir meðalhita í súpupotti. Bætið lauknum út í og eldið þar til hann er hálfgagnsær.
b) Bætið við hakkaðri hvítlauk og hakkað pepperoni. Eldið í 2 mínútur til viðbótar.
c) Hrærið söxuðum escarole, cannellini baunum, seyði, þurrkuðu rósmaríni, salti og pipar saman við.
d) Látið suðuna koma upp og eldið í um 15-20 mínútur.
e) Berið fram heitt.

87.Pepperoni og Tortellini súpa

HRÁEFNI:
- 2 matskeiðar ólífuolía
- 1 bolli hægeldaður laukur
- 2 hvítlauksgeirar, saxaðir
- 1/2 bolli niðurskorið pepperoni
- 6 bollar kjúklingasoð
- 1 pakki (um 20 oz) ostur tortellini
- 1 dós (14 oz) niðurskornir tómatar
- 1 tsk þurrkað ítalskt krydd
- Salt og pipar eftir smekk
- Fersk basilíka til skrauts

LEIÐBEININGAR:
a) Hitið ólífuolíu yfir meðalhita í stórum potti. Bætið lauknum út í og eldið þar til hann er mjúkur.
b) Bætið við hakkaðri hvítlauk og hakkað pepperoni. Eldið í 2 mínútur til viðbótar.
c) Hellið kjúklingasoði út í og látið suðuna koma upp. Bætið osti tortellini út í og eldið samkvæmt leiðbeiningum á pakka.
d) Hrærið í hægelduðum tómötum, þurrkuðu ítölsku kryddi, salti og pipar.
e) Látið malla í 5-7 mínútur. Skreytið með ferskri basil áður en borið er fram.

88.Pepperoni og spínat Orzo súpa

HRÁEFNI:
- 2 matskeiðar ólífuolía
- 1 bolli hægeldaður laukur
- 2 hvítlauksgeirar, saxaðir
- 1/2 bolli niðurskorið pepperoni
- 1 bolli orzo pasta
- 8 bollar kjúklinga- eða grænmetissoð
- 4 bollar fersk spínatlauf
- 1/2 bolli rifinn parmesanostur
- Salt og pipar eftir smekk

LEIÐBEININGAR:
a) Hitið ólífuolíu yfir meðalhita í súpupotti. Bætið lauknum út í og eldið þar til hann er hálfgagnsær.
b) Bætið við hakkaðri hvítlauk og hakkað pepperoni. Eldið í 2 mínútur til viðbótar.
c) Hrærið orzo pasta og seyði saman við. Látið suðuna koma upp og látið malla þar til orzo er soðið.
d) Bætið fersku spínati út í og eldið þar til það er visnað.
e) Kryddið með salti og pipar og hrærið rifnum parmesanosti saman við áður en borið er fram.

SALÖT

89.Tortellini salat

HRÁEFNI:
- 1 pakki af þrílitum osti tortellini
- ½ bolli niðurskorið pepperoni
- ¼ bolli niðurskorinn laukur
- 1 græn paprika í teningum
- 1 bolli helmingaðir kirsuberjatómatar
- 1¼ bollar sneiðar Kalamata ólífur
- ¾ bolli söxuð marineruð þistilhjörtu
- 6 aura hægelduðum mozzarella osti
- ⅓ bolli ítalsk dressing

LEIÐBEININGAR:

a) Eldið tortelliniið samkvæmt leiðbeiningum á umbúðum og hellið síðan af.

b) Kasta tortellini með restinni af hráefnunum, að dressingunni undanskilinni, í stóra blöndunarskál.

c) Dreypið dressingunni ofan á.

d) Setjið til hliðar í 2 klukkustundir til að kæla.

90.Antipasto Wonton salat

HRÁEFNI:
- 4 bollar blandað grænmeti
- 1/4 bolli sneið salami
- 1/4 bolli sneið pepperoni
- 1/4 bolli sneiddur provolone ostur
- 1/4 bolli ristuð rauð paprika í sneiðum
- 8 wonton umbúðir, steiktar og saxaðar

KLÆÐINGAR:
- 2 matskeiðar rauðvínsedik
- 1 matskeið ólífuolía
- 1 hvítlauksgeiri, saxaður
- Salt og pipar eftir smekk

LEIÐBEININGAR:

a) Í stórri skál, blandið saman blönduðu grænmeti, sneiðum salami, sneiðum pepperoni, sneiðum provolone osti og sneiðum ristuðum rauðum paprikum.

b) Í lítilli skál, þeytið saman rauðvínsedik, ólífuolíu, söxuðum hvítlauk, salti og pipar til að búa til dressingu.

c) Hellið dressingunni yfir salatið og blandið saman.

d) Toppið með söxuðum steiktum wontons.

e) Berið fram strax.

91.Pepperoni og Pasta salat

HRÁEFNI:
- 2 bollar soðið pasta (eins og rotini eða fusilli), kælt
- 1/2 bolli niðurskorið pepperoni
- 1/2 bolli kirsuberjatómatar, helmingaðir
- 1/4 bolli sneiðar svartar ólífur
- 1/4 bolli agúrka í teningum
- 1/4 bolli niðurskorin rauð paprika
- 1/4 bolli rifinn mozzarellaostur
- Ítalskur dressing
- Fersk steinselja til skrauts

LEIÐBEININGAR:

a) Blandið saman soðnu pasta, hægelduðum pepperoni, kirsuberjatómötum, svörtum ólífum, agúrku, rauðri papriku og rifnum mozzarellaosti í stóra skál.

b) Dreypið ítalskri dressingu yfir og blandið saman.

c) Skreytið með ferskri steinselju áður en það er borið fram.

92.Pepperoni og Caesar salat

HRÁEFNI:
- 4 bollar saxað romaine salat
- 1/2 bolli niðurskorið pepperoni
- 1/4 bolli rifinn parmesanostur
- 1/2 bolli brauðteningur
- Caesar dressing
- Nýmalaður svartur pipar

LEIÐBEININGAR:

a) Í stórri skál skaltu sameina saxað romaine salat, hægeldað pepperóní, rifinn parmesanost og brauðteningum.

b) Dreypið keisaradressingunni yfir og hrærið þannig að hún hjúpist jafnt.

c) Stráið nýmöluðum svörtum pipar yfir áður en borið er fram.

93. Pepperoni og kjúklingasalat

HRÁEFNI:
- 2 bollar blandað salat grænmeti
- 1/2 bolli niðurskorið pepperoni
- 1 dós (15 oz) kjúklingabaunir, tæmdar og skolaðar
- 1/2 bolli kirsuberjatómatar, helmingaðir
- 1/4 bolli gúrka í sneiðum
- 1/4 bolli niðurskorinn rauðlaukur
- Fetaostur molnar
- Grísk dressing
- Kalamata ólífur til skrauts

LEIÐBEININGAR:
a) Í stórri skál, blandaðu saman blönduðu salati, hægelduðum pepperoni, kjúklingabaunum, kirsuberjatómötum, gúrku og rauðlauk.
b) Stráið fetaostsmolum yfir og dreypið grískri dressingu yfir. Kasta til að sameina.
c) Skreytið með Kalamata ólífum áður en þær eru bornar fram.

94.Pepperoni og Avocado Caprese salat

HRÁEFNI:
- 4 bollar blandað salatgrænmeti
- 1/2 bolli niðurskorið pepperoni
- 1 bolli kirsuberjatómatar, helmingaðir
- 1 avókadó, skorið í teninga
- 1/2 bolli ferskar mozzarella kúlur
- Balsamic gljáa
- Fersk basilíkublöð til skrauts

LEIÐBEININGAR:
a) Í stórri skál, blandaðu saman blönduðu salati, hægelduðum pepperoni, kirsuberjatómötum, hægelduðum avókadó og ferskum mozzarella kúlum.
b) Stráið balsamikglasúr yfir og hrærið varlega saman til að blanda saman.
c) Skreytið með ferskum basilíkulaufum áður en borið er fram.

95. Pepperoni og Quinoa salat

HRÁEFNI:
- 2 bollar soðið kínóa, kælt
- 1/2 bolli niðurskorið pepperoni
- 1/2 bolli agúrka, í teningum
- 1/2 bolli kirsuberjatómatar, helmingaðir
- 1/4 bolli rauðlaukur, smátt saxaður
- 1/4 bolli fetaostur molnar
- Sítrónu vínaigrette dressing
- Fersk steinselja til skrauts

LEIÐBEININGAR:
a) Blandið saman soðnu kínóa, hægelduðum pepperóní, agúrku, kirsuberjatómötum, rauðlauk og fetaosti í stóra skál.
b) Dreypið sítrónuvínaigrettedressingu yfir og blandið saman.
c) Skreytið með ferskri steinselju áður en það er borið fram.

96.Pepperoni og spínat Jarðarberja salat

HRÁEFNI:
- 4 bollar barnaspínat
- 1/2 bolli niðurskorið pepperoni
- 1 bolli fersk jarðarber, skorin í sneiðar
- 1/4 bolli sneiðar möndlur
- Fetaostur molnar
- Balsamic vínaigrette dressing

LEIÐBEININGAR:

a) Í stórri skál, blandaðu saman barnaspínati, hægelduðum pepperoni, sneiðum jarðarberjum, sneiðum möndlum og fetaostamola.

b) Dreypið balsamic vínaigrette dressingu yfir og hrærið varlega til að blanda saman.

97. Pepperoni og kjúklingabauna grískt salat

HRÁEFNI:
- 4 bollar saxað romaine salat
- 1/2 bolli niðurskorið pepperoni
- 1 dós (15 oz) kjúklingabaunir, tæmdar og skolaðar
- 1/2 bolli kirsuberjatómatar, helmingaðir
- 1/4 bolli gúrka í sneiðum
- 1/4 bolli niðurskorinn rauðlaukur
- Kalamata ólífur
- Fetaostur molnar
- Grísk dressing

LEIÐBEININGAR:
a) Blandið saman í stóra skál saxað rómantísk salat, hægeldað pepperóní, kjúklingabaunir, kirsuberjatómata, gúrku, rauðlauk, Kalamata ólífur og fetaostur.
b) Dreypið grískri dressingu yfir og hrærið varlega saman til að blanda saman.

EFTIRLITUR

98. Pepperoni og súkkulaðibörkur

HRÁEFNI:
- Dökkt súkkulaði eða mjólkursúkkulaði, brætt
- Mini pepperoni sneiðar
- Muldar kringlur
- Saxaðar hnetur (valfrjálst)

LEIÐBEININGAR:
a) Klæðið bökunarplötu með bökunarpappír.
b) Hellið bræddu súkkulaði á smjörpappírinn og dreifið því jafnt yfir.
c) Stráið smá pepperoni sneiðum, muldum kringlum og söxuðum hnetum yfir súkkulaðið.
d) Leyfið súkkulaðinu að stífna í kæli.
e) Þegar búið er að stilla skaltu brjóta börkinn í bita og njóta þessa sæta og bragðmikla snakk.

99.Maple Pepperoni bollakökur

HRÁEFNI:
- Bollakökudeig að eigin vali
- Hlynur frosting
- Stökkt soðið pepperoni til skrauts

LEIÐBEININGAR:
a) Bakaðu uppáhalds bollakökurnar þínar samkvæmt uppskriftinni eða kassanum
b) Þegar þær hafa kólnað, frostið bollurnar með hlynfrosti.
c) Skreytið hverja bollu með bita af stökku soðnu pepperoni.

100.Pepperoni pizza kaka

HRÁEFNI:
- 2 dósir (13,8 oz) pizzaskorpu í kæli
- 1 1/2 bollar pizzasósa (frá 15 oz dós)
- 3 bollar rifinn mozzarella ostur (12 oz)
- 1 bolli sneið pepperoni
- 1 msk smjör, ef vill

LEIÐBEININGAR:
a) Hitið ofninn í 400°F. Spreyið stóra kökuplötu létt með matreiðsluúða eða dreypið ólífuolíu yfir.
b) Mælið þvermál háhliða ofnheldrar pönnu. (Panna sem notuð var var 6 tommur í þvermál með 4 tommu háa hlið.) Rúllið 1 dós af deigi á vinnuborðið; þrýstið út í þunnt lag. Klipptu út 3 (6 tommu) umferðir; setja á kökuplötu. Bakið 8 mínútur. Fjarlægðu af köku lakinu til kælingu rekki; flott.
c) Rúllaðu út dósina sem eftir er af deiginu; skera 2 auka (6 tommu) umferðir af langa brún deigsins, skilja gagnstæða hlið ósnortna. Settu hringi á kælda kökuplötu. Bakið 8 mínútur. Fjarlægðu af kökuplötu; flott.
d) Á meðan skaltu klæðast bökunarpappír á pönnu þannig að endar pappírsins standist upp og út úr pönnunni. Skerið langa ræma af deiginu að minnsta kosti 1/2 tommu breiðari en hæð pönnunar. Dragðu varlega langa ræmu af deiginu um innanverðan brún pönnu til að línu, skildu eftir 1/2 tommu hangandi yfir ytri brún pönnu og botn pönnu opinn. Klípið saum til að innsigla.
e) Setjið 1 hluta bakaða skorpu varlega í botninn á forminu. Dreifið pizzusósu yfir skorpuna; toppið með pepperoni sneiðum og stráið mozzarella osti yfir (þegar ostur bráðnar mun skorpan fyrir ofan festast við það). Endurtaktu til að búa til 3 lög í viðbót. Fyrir efsta lagið, setjið síðustu skorpuna yfir ostinn; stráið restinni af ostinum yfir og raðið restinni af pepperoni ofan á.
f) Brjótið yfirhangandi deig yfir efsta lagið af pizzuköku til að mynda upphækkaða skorpu.
g) Bakið í 20 til 25 mínútur eða þar til deigið í kringum pizzukökuna er fullaldað.
h) Þegar það er alveg bakað skaltu kæla á pönnu í 5 mínútur. Fjarlægðu pizzuköku af pönnu; penslið skorpuna með smjöri. Notaðu beittan hníf til að skera sneiðar eins og þú myndir gera köku.

NIÐURSTAÐA

Þegar við ljúkum könnun okkar í sterkan heim pepperoni, vonum við að þú hafir notið hinnar fjölbreyttu og ljúffengu uppskrifta sem fram kemur í "HEILDA PEPPERONI MAÐKABÓKIN." Frá klassískum uppáhaldi með ívafi til djörfrar og frumlegrar sköpunar, þetta safn er vitnisburður um fjölhæfni og tímalausa aðdráttarafl pepperoni í eldhúsinu.

Þegar þú gerir tilraunir með þessar 100 uppskriftir, gætirðu uppgötvað nýjar leiðir til að fylla réttina þína með djörf bragði af þessu ástsæla saltkjöti. Hvort sem þú hefur valið að búa til glæsilegt meistaraverk með pepperoni eða valið lúmskan uppbót á uppáhalds þægindamatnum þínum, þá treystum við því að matreiðsluævintýrin þín hafi verið bæði spennandi og ánægjuleg.

Þegar þú smakkar síðustu bitana af sköpunarverkunum þínum með pepperóní, vonum við að þessi matreiðslubók hafi veitt þér innblástur til að halda áfram að þrýsta á mörk sköpunargáfu þinnar í matreiðslu. Allt frá fjölskyldusamkomum til notalegra kvölda, láttu kryddaðan heim pepperoni halda áfram að bæta smá spennu og bragði við máltíðirnar þínar.

Hér er bragðgott ferðalag, og megi eldhúsið þitt að eilífu fyllast af hrífandi ilm af ljúffengum pepperoni!

www.ingramcontent.com/pod-product-compliance
Lightning Source LLC
Chambersburg PA
CBHW071853110526
44591CB00011B/1392